संभाषणचातुर्यावर उपयुक्त माहिती

# चार शब्द द्या वे-घ्या वे

संजीव
परळीकर

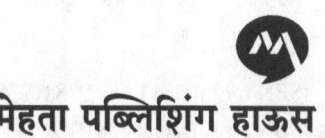

मेहता पब्लिशिंग हाऊस

Please contact us at **Mehta Publishing House,** 1941, Madiwale Colony, Sadashiv Peth, Pune 411030.

© +91 020-24476924 / 24460313

Email : info@mehtapublishinghouse.com
production@mehtapublishinghouse.com
sales@mehtapublishinghouse.com

Website : www.mehtapublishinghouse.com

- *या पुस्तकातील लेखकाची मते, घटना, वर्णने ही त्या लेखकाची असून त्याच्याशी प्रकाशक सहमत असतीलच असे नाही.*

**CHAR SHABDA DYAVE-GHYAVE** by SANJEEV PARALIKAR

**चार शब्द द्यावे - घ्यावे : संजीव परळीकर / व्यक्तिमत्त्व विकसन**

© संजीव परळीकर,
प्रेस्टीज गार्डन, ए-१/५०४, नितीन कंपनी कम्पाउंड,
पाच पाखाडी, ठाणे – ४०० ६०१.
sanjeevp@innovsource.com
फोन नं. – ०२२-२५४२५५५० मोबाइल – ९८२०३२९३१९

प्रकाशक : सुनील अनिल मेहता, मेहता पब्लिशिंग हाऊस,
१९४१, सदाशिव पेठ, माडीवाले कॉलनी, पुणे – ४११ ०३०.

प्रकाशनकाल : ऑक्टोबर, २००७ / ऑगस्ट, २००८ / जानेवारी, २०११ / जानेवारी, २०१३ / पुनर्मुद्रण : जून, २०१५

मुखपृष्ठ : चंद्रमोहन कुलकर्णी

ISBN for Printed Book 9788177668872
ISBN for E-Book 9788184987447

# प्रस्तावना

माणसं उत्तम कलाकार असतात, कुशल कामगार असतात, निष्णात डॉक्टर असतात, हुशार वकील असतात, उत्कृष्ट शिक्षक असतात, परंतु त्यांच्याकडे संभाषणकला नसेल तर त्यांची हुशारी कवडीमोल ठरते. अगदी निष्णात डॉक्टरसुद्धा रोग्याशी संवाद साधला नाही म्हणून अयशस्वी होतात.

माझ्या मते संभाषणचातुर्य हे खाद्यपदार्थातील मिठासारखे असते. आता तुमच्या ताटामधील पदार्थांमध्ये एखाद्या पदार्थात मीठ जास्त पडलं तर साहजिकच तुम्ही तो पदार्थ बाजूला साराल; तसेच एखाद्या पदार्थात कमी पडलं असेल तरी तुम्ही तो बाजूला साराल आणि मिठाशिवाय अन्न शिजवून तुम्हाला वाढले, तर तुमच्या कपाळावर निश्चितच आठ्या चढल्याशिवाय राहाणार नाहीत. मीठ जास्त असून चालत नाही; तसेच कमी असूनसुद्धा चालत नाही आणि अजिबात नसून तर अजिबात चालत नाही. मिठामुळे पदार्थ चविष्ट होतो किंवा बेचवसुद्धा होतो.

जसे मीठ तसेच संभाषणचातुर्य. जास्त बोलणारी माणसं बऱ्याचवेळा बाजूलाच सारली जातात. तसेच कमी बोलणारी माणसं दुर्लक्षित होतात आणि अजिबात न बोलणाऱ्या माणसांना कोणी खिजगणतीतही धरत नाही.

जी माणसं लक्षात राहतात, ती योग्य प्रमाणात संवाद साधणारी असतात. मग तो डॉक्टर असो की कामगार, आता योग्य आणि अयोग्य कसं ठरवायचं, त्यासाठीच ह्या पुस्तकाची उठाठेव मांडली आहे.

**संजीव परळीकर**
Executive Director
InnovSource Solutions Pvt. Ltd.
A9 / Electronic Sadan No.1,
TTC Industrial Estate Area
MIDC , Electronic Zone
Mahape, Navi Mumbai 400 701
Email :- sanjeevp@innovsource.com
sanjeevp@gtllimited.com
Mobile :- 98203 29319

जीभ जिंकी तो जग जिंकी.

## अनुक्रम

### भाग पहिला - १
### चार शब्द देताना

१. संभाषण टीकात्मक न ठेवता वर्णनात्मक ठेवावे. / २
२. टीका अपरिहार्य असल्यास विशिष्ट गोष्टीची किंवा विशिष्ट वागणुकीची करावी. व्यक्तीची करू नये. / ७
३. कोणतंही विशेषण न लावता आकडेवारीसकट टीका करावी. / ८
४. टीका सकारात्मक हवी. / १०
५. सारखा उपदेश नको पण सल्ला जरूर द्या. / १२
६. टीकेमध्ये सातत्य असावे. / १४
७. टीका ही वैयक्तिक अनुभवावर आधारित असावी. / १४
८. गरज असल्याशिवाय टीका करू नये आणि विचारल्याशिवाय सल्ला किंवा उपदेश देऊ नये. / १५
९. समोरच्या व्यक्तीच्या हितासाठी टीका असावी. / १८
१०. जी गोष्ट बदलता येईल अशाच गोष्टीवर टीका करावी. / १८
११. टीकेमुळे नातेसंबंध सुधारावे. / १९
१२. काळवेळ, रागरंग पाहूनच टीका करावी. / १९

### भाग दुसरा- २१
### चार शब्द घेताना

१. सपशेल नकार देण्याऐवजी टीकेची संपूर्ण जबाबदारी घ्यावी. / २३
२. समर्थन करण्याऐवजी आत्मपरीक्षण करावे. / २७
३. "म्हणजे माझीच चूक?"... ऐवजी टीकाकारांचीच मदत घ्यावी. / ३०
४. "मला वाटलंच होतं"... ऐवजी टीकेबद्दल सकारात्मक दृष्टिकोन ठेवावा. / ३२
५. अबोल्याऐवजी चर्चा चालू ठेवावी. / ३२
६. "वड्याचं तेल वांग्यावर"... ऐवजी व्यावहारिक दृष्टिकोन ठेवावा. / ३३
७. "हो ला हो"... ऐवजी प्रामाणिकपणा दाखवावा. / ३४
८. विनोद करून वेळ मारून नेण्याऐवजी टीका करणाऱ्याची कळकळ पाहा. / ३४
९. कायम शत्रुबुद्धी ठेवण्यापेक्षा सकारात्मक दृष्टिकोन ठेवावा. / ३५
१०. आपल्यावरच्या वैयक्तिक टीकेचं सामाजिक प्रश्नामध्ये रूपांतर करण्यापेक्षा त्यावर वैयक्तिक स्वरूपातच कृती करून पाहावी. / ३६

### भाग तिसरा- ३९
### चार शब्दांची देवाण घेवाण करताना

१. घरात देवाण घेवाण करताना / ४०
२. चिडलेल्या गिऱ्हाईकाशी संभाषण / ५०
३. सल्ला देताना / ५७
४. सल्ला घेताना / ५८

### भाग चौथा- ६१
### भावनिक संतुलन राखा

१. भावना संतुलित कशा ठेवाव्या? / ६३
२. सारांश / ६५

# भाग : पहिला

## चार शब्द देताना

संभाषण म्हटलं म्हणजे त्यात कमीतकमी दोन व्यक्ती असल्याच पाहिजेत. संभाषणाची तार जुळण्याकरता दोन्ही व्यक्तींचा सुयोग्य सहभाग असावा लागतो. समोरची व्यक्ती योग्य तो सहभाग घेते की नाही हे आपल्या हातात नसते, परंतु आपले संभाषण योग्य प्रमाणात ठेवणे हे निश्चित आपल्या हातात असते. म्हणून आपण सर्वप्रथम आपले संभाषण योग्य प्रमाणात कसे ठेवायचे ते पाहूया आणि नंतर दुसऱ्या भागात समोरच्या व्यक्तींचा सहभाग योग्य प्रमाणात राहाण्यासाठी आपल्याला काय करता येईल ते पाहूया.

**१. संभाषण टीकात्मक न ठेवता वर्णनात्मक ठेवावे.**

बऱ्याच वेळा संभाषण मतभेदाच्या खिंडीत अडकते. अशावेळेस संवाद साधणे म्हणजे फारच दुरापास्त. परंतु आपण आपले आत्मपरीक्षण केले, तर असे लक्षात येईल की मतभेदाचे संभाषण आपल्यापासूनच सुरू झालेले असू शकते. कारण आपल्याला नावं ठेवायची इतकी सवय झालेली असते की आपण टीकात्मक संभाषण सुरू केले आहे हे आपल्या लक्षातही येत नाही. सहज बोलता बोलता "तुझं काय आहे माहिती आहे का, तुला एक वाईट सवय आहे." असं म्हणत आपण संभाषणाला सुरुवात करतो. ह्यामध्ये 'वाईट' हा शब्द टीकात्मक आहे. ह्या शब्दामुळे समोरच्या व्यक्तीची प्रतिक्रिया प्रतिकूल होऊन सुसंवाद साधण्याची शक्यता मंदावते.

टीकात्मक शब्दांमुळे बऱ्याचवेळा नकारात्मक कंपने निर्माण होतात. ही कंपने जर समोरच्या व्यक्तीला पेलवली नाहीत, तर त्याच्याकडून नकारात्मक प्रतिक्रिया मिळण्याचाच संभव जास्त असतो. बरं त्या व्यक्तीला आपले टीकात्मक शब्द पेलवतील की नाही हे आपल्याला आधी समजू शकत नाही. जेव्हा समजतं तेव्हा वेळ

निघून गेलेली असते. त्यामुळे संभाषणामध्ये शक्यतो टीकात्मक शब्द न वापरलेले बरे.

आता प्रश्न असा निर्माण होतो की टीकात्मक शब्द वापरायचे नाहीत पण मला तर टीका पोहोचवायची आहे मग मी ती पोहोचवायची कशी?

अशा वेळेस टीकात्मक भाषा न वापरता वर्णनात्मक भाषा वापरण्याचा प्रयत्न करायचा. आता तुम्ही विचाराल ''हे कसं काय शक्य आहे?''

प्रश्न बरोबर आहे. असाच काहीसा प्रश्न अकबर बादशहाच्या दरबारातील सरदारांना पडला होता. अकबर बादशाहाचा एक आवडता पोपट होता. त्या पोपटाविषयी कोणीही काहीही वाईट बोललं की त्याला महाराज शिक्षा करीत असत. एके दिवशी सगळे सरदार बिरबलाकडे अतिशय घाबरलेल्या स्थितीत पोहोचले, कारण महाराजांचा आवडता पोपट मरण पावला होता. ही बातमी महाराजांना सांगायची कशी आणि कोणी?

बिरबल म्हणाला, ''एवढेच ना, चला मी सांगतो.''

त्या दिवशी दरबारात बिरबल उशिरा पोहोचला. बादशहाने विचारल्यावर तो उत्तरला, ''महाराज, तुमच्या आवडत्या पोपटाला पेरू भरवायला गेलो होतो, म्हणून उशीर झाला. अहो, तो काही केल्या खातच नव्हता.''

''अरे, तो थोडासा बदमाषच आहे. खाईल थोड्या वेळाने.'' अकबर.

''मलाही तसंच वाटलं म्हणून तर मी थोडा थांबून राहिलो, पण तो काहीच हालचाल करत नव्हता.''

''अरे दमला असेल किंवा त्याला झोप लागली असेल. खाईल झोप झाल्यावर.''

''अकबर महाराज, मलाही तसंच वाटलं म्हणून मी त्याच्याकडे निरखून बघत होतो. त्याचे डोळे तर उघडे दिसत होते. त्याचं तोंडही उघडंच होतं, म्हणून मी त्याच्या तोंडात पेरूची फोड भरवली, पण तो काही केल्या तोंडच मिटेना आणि महाराज, आश्चर्याची गोष्ट म्हणजे तो पिंजऱ्यात बसलेला नव्हता. तो तर आडवा पडलेला होता व त्याचे पाय आकाशाकडे होते.''

''अरे, मग तो मेला असेल.'' अकबर.

पाहिलंत वर्णनात्मक भाषा वापरून कसा सुसंवाद साधता येतो.

आता काहींच्या मनात प्रश्न निर्माण होईल की, ही अकबर-बिरबलाची गोष्ट ठीक आहे; पण आम्ही आमच्या मुलांवर टीका केली तर बिघडलं कुठे?

आपण हा विचार तपासून पाहूया. मुलांना रागावताना आपण बऱ्याच वेळा "तू नेहमी बावळटपणा करतोस" असं म्हणत त्याच्यावर टीका केली, तर त्याचा दीर्घकालीन परिणाम काय होईल?

ह्याचे वेगवेगळे परिणाम होऊ शकतील. खाली तीन प्रकारचे परिणाम मांडत आहे. ह्यापैकी कोणताही परिणाम कमीअधिक प्रमाणात किंवा ह्या तिघांचं मिश्रणसुद्धा असू शकेल.

अ. तो अशी टीका ऐकून खरोखरीच बावळट होईल. तुम्ही जी काही नावं ठेवाल ती तो मुकाट्याने ऐकून घेईल. तो त्याला उलट उत्तर देणार नाही, परंतु त्याचं व्यक्तिमत्त्व बावळट होईल. अशा परिस्थितीत तुम्ही त्याच्याशी सुसंवाद साधला, असे म्हणता येणार नाही.

ब. तो अशा टीकेवर उफाळून हल्ला चढवेल. त्याचं व्यक्तिमत्त्व अतिशय आक्रमक बनेल. अशा परिस्थितीत तुम्ही सुसंवाद साधला असे निश्चितच म्हणता येणार नाही, उलट घरात फक्त वाद निर्माण होतील.

क. टीकेचे तिखट शब्द ऐकूनसुद्धा तो त्यातून चांगला बोध घेईल व त्याचं व्यक्तिमत्त्व सर्वसाधारणपणे चांगलं असेल. घरात सुसंवाद असेल. परंतु त्याचं श्रेय तुमच्या मुलाला जाईल, कारण टीकेचे तिखट शब्द बाजूला ठेवून त्यातून चांगला बोध घेण्याचं धैर्य आणि समंजसपणा त्याने दाखवला.

हे तीनही प्रकार तीन टोकाचे आहेत. सततच्या टीकास्त्रामुळे समोरची व्यक्ती कोणत्यातरी एका टोकाला ढकलली जाते. बहुतेक वेळा असल्या भाषेमुळे समोरचा माणूस एकतर आक्रमक होतो किंवा एकदम गप्प बसतो. तो आक्रमक झाला तर त्यामुळे संभाषणही आक्रमक होते. अनेक प्रकारचे वाद निर्माण होतात. संभाषण भलतीकडे भरकटत जाते. मुख्य मुद्दा बाजूला राहून स्वतःची आणि इतरांची ऊर्जा आणि वेळ वायफळ खर्च होतो. तो जरी मूग गिळून गप्प बसला, तरीही सुसंवाद काही साधला जात नाही. त्याच्या व्यक्तिमत्त्वात बावळटपणाची झाक खरोखरीच यायला लागते. त्यामुळे टीका झोडण्याचे प्रसंग वारंवार येण्याचीच शक्यता वाढते किंवा तो त्याचा आक्रमकपणा दुसऱ्या कशावर तरी किंवा दुसऱ्या कोणावर तरी काढायचा संभव असतो. ह्यामुळेही सुसंवाद होत नाही.

आता, तिसरे टोक हे तर समाजात क्वचितच आढळणारे टोक आहे. टीकास्त्रामधील नकारात्मक भाग काढून टाकल्यावर फक्त सकारात्मक भाग उचलून सुसंवाद साधणारे लोक फार थोडे असतात. असा प्रयत्न करणारेही थोडेच असतात. अशावेळी सुसंवाद साधला, तर हा त्या व्यक्तीचा चांगुलपणा

आहे, आपणही ह्या स्तरावर आपल्याला कसे जाता येईल ह्याचीच चर्चा करीत आहोत.

ही टीकात्मक भाषा टाळायची असेल, तर आपल्याला वर्णनात्मक भाषा रोजच्या आयुष्यात कशी वापरता येईल ते आता आपण पाहूया.

समजा, पालक मुलांना रस्ता ओलांडायला शिकवत आहेत,

"बावळटासारखा रस्ता ओलांडू नका. रस्ता ओलांडताना आत्मविश्वासाने ओलांडा." आता हे वाक्य टीकात्मक आहे. ह्या वाक्यामुळे सुसंवाद होण्याची शक्यता खूप कमी होते. ह्यामुळे कोणी आक्रमक होईल तर कोणी खरंच बावळटपणा करील. उलट ती व्यक्ती जास्तच बावळट होऊ शकेल. हेतू चांगला असतानासुद्धा अनेकवेळा संभाषण नकारात्मक दिशेला गेल्याचा अनुभव कित्येकांना येतो.

आता आपण वर्णनात्मक भाषा वापरता येते का पाहूया.

> "रस्ता ओलांडताना मागे-पुढे करू नकोस, अशाने गाडी चालवणारे गोंधळतील व त्यामुळे अपघात होऊ शकेल. नीट विचारपूर्वक निर्णय घे. एक तर पुढे जा किंवा मागे ये; पण मागेपुढे करू नकोस."

रस्ता ओलांडताना "बावळटपणा" म्हणजे (मागे-पुढे करणे) नक्की काय, ह्याचं फक्त वर्णन केलेलं आहे. त्याविषयी काहीही टोमणा मारलेला नाही. शिवाय "आत्मविश्वास" म्हणजे (निर्णय घेणे) काय, ह्याचंसुद्धा वर्णन केलेलं आहे. ही भाषा समजायला सोपी पडते व त्यामध्ये काहीही टोमणा नसल्यामुळे सुसंवाद साधायला मदत होते.

आता आपण आणखी एक उदाहरण पाहूया.

समजा, शेजाऱ्यांनी कर्कश्श आवाजात रेडिओ लावला आहे आणि त्याचा तुम्हाला त्रास होतो आहे. त्यांनी आवाज कमी करावा असं तुम्हाला सांगायचं आहे म्हणून तुम्ही त्याला म्हणता, "अहो, चांगल्या सोसायटीत राहाता आणि हा काय झोपडपट्टीसारखा लाऊडस्पीकर लावून ठेवला आहे? जरा आवाज कमी करा. आमची झोपमोड होते आहे."

हे वाक्य टीकात्मक आहे. सांगणाऱ्याचा हेतू असल्या भाषेमुळे साध्य होणार नाही. त्याऐवजी जर त्या शेजाऱ्याने काय करायला पाहिजे ते जर थेट सांगितलं तर जास्त उचित होईल.

> "अहो, तुमच्या रेडिओचा आवाज थोडा कमी कराल काय? मला बरं नसल्यामुळे दोन दिवस जागरण झालेलं आहे. आत्ताच मला थोडी झोप मिळू शकेल."

आणखी एक उदाहरण पहा.

एकदा मी माझ्या मित्रमंडळींसमवेत आमच्या गाडीतून पिकनिकला जात होतो. आमचा प्रवास अगदी मजेत चाललेला होता. अचानक हायवेवर आम्हाला वाहतुकीच्या कोंडीत (ट्राफिक जॅम) अडकावे लागले. बराच वेळ गाड्या अगदी मुंगीच्या पावलाने सरकत होत्या. शेवटी दुतर्फा गाड्यांची लाइन लागली व संपूर्ण ट्राफिक ठप्प झाला. आता एकही गाडी हलत नव्हती. पंधरा वीस मिनिटांचा काळ गेल्यानंतर आमच्या असं लक्षात आलं, की साधारण आठ दहा गाड्या सोडून पुढे एक गाडी अशी थांबलेली आहे की ती गाडी थोडीशी पुढे घेतली तर आमच्या बाजूची बरीच कोंडी सुटेल व बऱ्याच गाड्या पुढे जातील. आमच्यातल्या एक मित्र लगेच पुढे सरसावला व त्या गाडीवाल्याला भिडला.

"अहो, गाडी चालवता की मस्करी करता आहात? एवढी पुढे जागा कोणासाठी सोडली? इथे केवढी गाड्यांची लाइन लागली आहे, काही कळतं की नाही? जरा गाडी पुढे घ्या." अशा प्रकारे त्याला दरडावले.

ह्या टीकात्मक भाषेला कोणता प्रतिसाद मिळेल बरं? निश्चितपणे आक्रमक. आणि तसंच झालं. त्या ठिकाणी दोघांची जुंपली. मग बाकीच्यांना मध्ये पडून भांडण मिटवावे लागले; पण त्याच जागी टीका न करता आपल्याला जे काही हवं ते थेट सांगितलं तर काम चटकन झालं असतं.

"जरा गाडी थोडी पुढे घ्याल काय? इथे पुढे घ्यायला जागासुद्धा आहे. तुम्ही पुढे घेतलीत तर आपल्या सगळ्यांच्या गाड्या लवकर निघतील."

ह्या भाषेला निश्चितपणे सकारात्मक प्रतिसाद मिळण्याची शक्यता जास्त राहाते. कोणालाही कोणतीही नावं न ठेवता आपल्याला काय हवं आहे ते थेट सांगितलं तर सुसंवाद जास्त चांगला साधला जातो. वरील प्रसंगात जे काम अर्ध्या मिनिटात झालं असतं; त्याला अर्धा तास लागला आणि शिवाय जो तमाशा निर्माण झाला तो वेगळाच.

आता तुम्ही म्हणाल, "याचा अर्थ आम्ही कधी टीका करायचीच नाही काय?"

असा प्रश्न मनात येणं सहाजिकच आहे. टीका करायचीच झाल्यास जरूर करायची; पण त्यासाठीसुद्धा पुढचा एक नियम पाळायचा. तो नियम समजून घेतलात व वापरलात तर तुम्हाला कोणावरही खुशाल टीका करता येईल आणि तेवढे करूनसुद्धा तुम्ही इतरांशी चांगला सुसंवाद साधाल. चला, आता त्या नियमावर चर्चा करूया.

**२. टीका अपरिहार्य असल्यास विशिष्ट गोष्टीची किंवा विशिष्ट वागणुकीची करावी. व्यक्तीची करू नये.**

सर्वप्रथम अपण आपले विचार तपासून पाहूया. आपण एखाद्यावर टीका का करत असतो? टीकेचा उद्देश काय?

टीकेचा उद्देश सुधारणा किंवा प्रगती. एखाद्या व्यक्तीमध्ये आपल्याला सुधारणा हवी असेल, की आपण त्याच्या न आवडत्या गोष्टीवर, न पटणाऱ्या मतांवर किंवा अहितकारक वर्तनावर टीका करतो व त्या गोष्टी बदलण्याची अपेक्षा धरतो, आग्रह धरतो. परंतु हा उद्देश क्वचितच सफल होतो. उलट टीकेमुळे वाद निर्माण होतात. भावाभावांमध्ये भांडणं होतात. सासू-सुनेमध्ये कलह निर्माण होतात. त्यामुळे रोजच्या आयुष्यात अनेक प्रकारच्या समस्यांची भर पडते. टीकेचा हेतू चांगला असूनसुद्धा हे असं का होतं?

हे होतं कारण आपण वरील नियमाचं उल्लंघन करतो आणि आपण इतकं सहज करतो, की आपल्याला जाणवतच नाही की हे आपल्या बोलण्यामुळे झालं. हे सगळे वाद टाळण्याकरिताच हा नियम पाळायचा आहे.

आता आपल्या रोजच्या आयुष्यातील काही उदाहरणं घेऊन हा नियम कसा वापरायचा ते पाहूया.

नवरा-बायको आणि काही मित्रमंडळी बोलत होती. बायको काहीतरी बोलली, त्यावर नवऱ्याने एक वेगळाच मुद्दा उपस्थित केला. बायको वैतागली आणि त्या वैतागाच्या स्वरात नवऱ्याला म्हणाली, "तुला काऽऽऽही कळत नाही."

असे म्हटल्यावर नवरासुद्धा चिडला आणि म्हणाला, "हो, माहीत आहे तुला सगळं कळतं. दीडदमडीची अक्कल नाही आणि मला बोलतेय."

त्यावर बायको, "माझी अक्कल काढायची काही गरज नाही, उलट तुझ्या ह्या दीडदमडीच्या मित्रमंडळींमध्ये मला आता राहायची काही इच्छा नाही." असं म्हणून ती त्या बैठकीतून निघून गेली.

शब्दाला शब्द वाढत जातात व मूळ मुद्दा बाजूला राहातो. म्हणूनच टीका करायची झाल्यास विशिष्ट गोष्टीची किंवा विशिष्ट वर्तनाची करावी. जर का आपण व्यक्तीची टीका केली तर ती कोणालाही आवडत नाही.

आता वरील उदाहरणात ह्या नियमाचं उल्लंघन दोघांनी केलं व म्हणून शब्दाला शब्द वाढत गेले. बायको जेव्हा नवऱ्याला म्हणाली, "तुला काऽऽऽही कळत नाही." तेव्हा ह्या वाक्यामध्ये विशिष्ट गोष्टीची टीका होण्याऐवजी नवरा ह्या व्यक्तीची टीका झाली. हे नवऱ्याच्या जिव्हारी लागलं. विशेष म्हणजे नवऱ्याला हे लागू शकतं हे बायकोच्या खिजगणतीतसुद्धा नव्हतं,

इतकं तिने ते सहज केलं होतं. नावं ठेवणाऱ्या लोकांना असल्या भाषेची इतकी सवय झालेली असते, की आपण कोणाला तरी लागेल असं बोलतो आहोत, हे त्यांच्या स्वप्नातसुद्धा नसतं. बरं, जेव्हा ते प्रत्यक्षात होतं त्यावेळेसही ते लक्षात घेण्याची जरूर त्यांना भासत नाही. उलट त्यांच्या मनात हा विचार असतो, ''बोललो तर त्यात एवढं लागण्यासारखं काय आहे?''

आता मनात प्रश्न असा उभा राहातो, की येथे विशिष्ट गोष्ट कोणती होती की ज्यावर बायकोने टीका करायला पाहिजे होती?

विशिष्ट गोष्ट अशी होती, की बायकोने सुरुवातीला जे संभाषण केले होते आणि त्याबद्दलची नवऱ्याची जी काही मते होती किंवा नवऱ्याला जे काही समजलेले होते त्यात तफावत होती. म्हणून फक्त त्याच गोष्टीवर भाष्य केलं असतं, तर पुढचा प्रसंग टळू शकला असता. ''मी जे काही म्हणते आहे आणि तू जे काही म्हणतो आहेस हे दोन वेगळे मुद्दे आहेत'' किंवा ''इथे थोडा गैरसमज झालेला दिसतो आहे. मी जे काही म्हणते आहे त्याचा अर्थ हा नाही'' अशी भाषा वापरता येणं शक्य आहे. रोजच्या आयुष्यात आपल्याला अनेक सुखाचे प्रसंग येणार आहेत की दुःखाचे प्रसंग येणार आहेत हे आपल्या भाषेवर अवलंबून आहे. हे आपण नजरेआड होऊ न दिलेले बरं.

आता नवऱ्याने ह्या नियमाचे उल्लंघन कसं आणि कुठे केलं ते पाहूया.

नवऱ्याने जेव्हा बायकोच्या तोंडून स्वतःबद्दलची टीका ऐकली, तेव्हा त्याला ते आवडले नाही. त्याने लगेच त्या टीकेला प्रत्युत्तर दिले; पण ते देतानासुद्धा त्याला वरील नियम पाळता आला असता. बायकोचं जे वर्तन त्याला खटकलं फक्त त्यावर टीका करता आली असती; पण त्याने त्याऐवजी बायकोच्या व्यक्तिमत्त्वावर शेरा मारणे पसंत केले. ''हो, माहीत आहे. तुला सगळं कळतं. दीडदमडीची अक्कल नाही आणि मला बोलतेय''. आता ह्या शेऱ्याऐवजी ''हे बघ, तू ज्याप्रकारे सगळ्यांच्या समोर शेरा मारलास ते मला अतिशय खटकलं आहे व त्यामुळे मला राग आला आहे.'' असं म्हटलं असतं तरीही पुढचा प्रसंग टळू शकतो. ह्या वाक्यामध्ये स्वतःला कोणते वागणं आवडलं नाही एवढंच म्हटलेलं आहे. 'अक्कल नाही' हा व्यक्तिमत्त्वावर टोमणा आहे. व्यक्तिमत्त्वावरील कोणतीही टीका सर्वसाधारणपणे वादग्रस्त होते. विशिष्ट वर्तनाची टीका केली, तर त्यामुळे वादग्रस्त मुद्दा बाजूला काढला जातो व सुसंवाद साधण्याच्या प्रक्रियेतले काटे काढले जातात.

### ३. कोणतंही विशेषण न लावता आकडेवारीसकट टीका करावी.

बऱ्याचवेळा आपल्याला एखाद्याच्या सवयीवर किंवा लकबीवरसुद्धा टीका करायची

असते. अशावेळेस हा नियम अतिशय उपयुक्त ठरतो; परंतु त्या सवयीला जर आपण एखादं विशेषण जोडलं तर मात्र समोरची व्यक्ती त्या सवयीचं समर्थन करताना आढळेल. म्हणजे टीकेचा मुख्य उद्देश साध्य होणार नाही.

"अरे संतोष, हलगर्जीपणा करू नकोस. आमचा संतोष जरा हलगर्जी आहे. कितीवेळा त्याला सांगितलं, की नीटनेटकेपणे राहावे; पण सगळा पसारा टाकून जातो.'' संतोषच्या आईने संतोषची अशी "स्तुती" संतोषसमोरच केली; परंतु येथे "हलगर्जी" असं विशेषण लावलेलं आहे. असली विशेषणं लावून केलेल्या टीकेचा उद्देश साध्य होत नाही.

मी संतोषच्या आईला वरील सगळे नियम समजावून सांगितले आणि विशेषत: विशेषण न लावता आकडेवारीसकट टीका करण्यास सुचविले. त्याच्या आईने विचारले, "म्हणजे नक्की कसं ते सांगा.''

मी काल्पनिक आकडेवारी तयार केली व तिला वाक्य म्हणून दाखवले. "संतोष, आज मी चारवेळा तुझे कपडे उचलले. दोन वेळा पुस्तकं पडलेली उचलली. तुझा रुमाल, पाकीट, पेन सगळं उचललं. घर आवरताना माझं कंबरडं मोडतं. तुझ्या वस्तू तूच उचलून ठेवत जा.''

त्याच्या आईने विचारले, "एवढे बोलल्यावर तो आपला हलगर्जीपणा सोडून देईल?"

"एवढे बोलल्यावर एका दिवसात तो आपली सवय सोडेल, असं निश्चितपणे होणार नाही. असली आकडेवारी तुम्हाला रोजच्यारोज द्यायला लागेल. त्याला जर विशेषण लावलेलं नसेल तर आकडेवारी त्याच्या अंत:करणात कुठेतरी स्पर्श करून जाईल. शिवाय त्याच्या 'हलगर्जीपणाचा' तुमच्यावर परिणाम काय होतोय ह्याचा उल्लेख सतत होणे आवश्यक आहे. तुमच्या टीकेमध्ये त्याचा उल्लेख असेल, तर त्याचा परिणाम त्याच्या मनावर होण्याची शक्यता खूपच बळावते. नाहीतर तुम्ही त्याला हलगर्जी वगैरे म्हटलंत तर तो कोडगा निश्चितच होईल.''

कोणतंही विशेषण न लावता दिलेली आकडेवारी माणसाला विचार करायला लावणारी असते. एखाद्याला दुसऱ्याचं ऐकून न घेता सतत बडबडायची सवय असते. अशावेळी आपल्याला आपलं म्हणणं मांडायला संधीच मिळत नाही व त्यामुळे आपला कोंडमारा होतो. अशा वेळेस हा नियम अतिशय उपयुक्त ठरू शकतो. "हे पाहा, दहा मिनिटं झाली आत्तापर्यंत फक्त तुम्हीच बोलत आहात. गेल्या दहा मिनिटात मी चार वेळा माझं म्हणणं मांडायचा

प्रयत्न केला; पण तुम्ही माझा संवाद चारही वेळा तोडला. ह्यामुळे माझा कोंडमारा होतोय. माझं म्हणणं आता तुम्ही न तोडता ऐकून घ्याल काय?'' अशा तऱ्हेचं वाक्य हे अतिशय भेदक ठरतं.

## ४. टीका सकारात्मक हवी.

आपण बऱ्याच वेळा नकारात्मक टीका करत असतो. ती आपली नेहमीचीच सवय असते. असल्या टीकेमुळे समोरची व्यक्ती समर्थनाच्या भोवऱ्यात अडकते. त्यामुळे फक्त वादविवाद वाढतात; पण संवाद काही वाढत नाही आणि टीकेचा मूळ उद्देश साध्य होत नाही.

टीका सकारात्मक केली, तर समर्थनाचा प्रश्न उद्‌भवत नाही. त्यामुळे आपल्याला जी सुधारणा व्हावी असं वाटत असतं ती घडून येण्याचा मार्ग मोकळा होतो. टीकेचा मूळ उद्देश साध्य होतो.

आपण घरातील काही छोटी छोटी उदाहरणं पाहूया.

समजा, तुम्ही अगदी नीटनेटके राहाणाऱ्या स्त्री आहात. तुमचं कपड्याचं कपाटसुद्धा अगदी नीटनेटकं लावलेलं असतं. त्यामध्ये वेगवेगळ्या कपड्यासाठी वेगवेगळे कप्पे आहेत. उदा. रुमालाची जागा, रोजच्या कपड्यांची जागा, समारंभासाठीचे कपडे, साड्या, ड्रेसेस वगैरे वगैरे. सकाळी ऑफीसला जाताना तुमचा धुतलेला रुमाल मिळत नाही. घाईघाईत शोधताना तो कपाटात इतर कपड्यांच्यामध्ये दुसऱ्याच जागेवर आढळतो. तुमचं पित्त खवळतं व तुम्ही लगेच म्हणता,"हा रुमाल इथे कोणी ठेवला? माझ्या कपाटाला कोणी हात लावला? बरं लावला तर लावला. कपडे नीट ठेवत जा नाहीतर बाहेरच ठेवा. मी ठेवत जाईन."

ही टीका नकारात्मक आहे. ह्यात मला काय आवडत नाही ह्यावर जास्त भर दिलेला आहे. आपण जेव्हा टीका करतो, तेव्हा सर्वसाधारणपणे आपल्याला काय आवडत नाही ते सांगतो. परंतु सकारात्मक टीकेमध्ये आपल्याला काय आवडतं, ह्यावर भर दिलेला असतो. अशी टीका जास्त परिणामकारक होऊ शकते असं निदर्शनास आलेलं आहे.

आता वरील उदाहरणामध्ये जर तो रुमाल मुलीने ठेवलेला असेल, तर ह्या नकारात्मक टीकेमुळे ती त्या गोष्टीचं समर्थन करण्याचा जास्त संभव आहे. "अग, मी इथे ठेवला. कारण मागच्या वेळेस तू मला बोलली होती, की हीच तुझ्या रुमालाची जागा आहे आणि तुझ्या कपाटाला मी हात लावलेला आवडत नसेल तर आता मी तुझे कपडे उचलणार नाही. तूच उचल.''

नकारात्मक टीकेचं वैशिष्ट्य असं आहे, की मूळ मुद्दा बाजूला राहून ती टीका माणसाला वैयक्तिक हेव्यादाव्यांमध्ये अडकवते. इथे 'कपाटाला हात

लावलेला आवडत नाही' असा मुद्दा कारण नसताना उपस्थित होऊ शकतो. आता ही टीका सकारात्मक कशी करायची?

येथे कपडे जरी जागच्याजागेवर गेले नसले, तरी ते उचलले गेले ही तर निश्चितपणे चांगली गोष्ट आहे. मग टीका करताना ह्या चांगल्या गोष्टीवर एक सकारात्मक वाक्य टाकायला काहीच हरकत नाही. "माझे कपडे कोणी उचलले? घडी वगैरे घालून ठेवले. हे चांगलं केलं. माझं एक काम वाचलं. पुढच्यावेळेस जर अशी वेळ आली, तर हे कपडे फक्त समोरच ठेवा. मी उचलून माझ्या जागेवर ठेवत जाईन म्हणजे आज जसा रुमाल शोधत बसायला लागला तसा लागणार नाही. माझा वेळ जास्त वाचेल."

असल्या सकारात्मक टीकेमुळे आपल्याला दुसऱ्यांकडून ज्या कृतीची अपेक्षा आहे त्या कृतीला प्रोत्साहन मिळते. ती कृती थेट सांगितल्यामुळे वेळ वाचतो व सुसंवाद साधला जातो.

टीका करायची म्हणजे फक्त आपल्याला जे आवडत नाही ते सांगायचं असं आपल्याला वाटतं; परंतु जेव्हा जेव्हा आपण "आवडत नाही" असं म्हणतो, तेव्हा तेव्हा समोरची व्यक्ती त्या गोष्टीच्या समर्थनाची तयारी करते असं सर्वसाधारणपणे निदर्शनास येतं. म्हणूनच आपल्याला काय आवडत नाही, ह्यावर भाष्य करण्यापेक्षा आपल्याला काय आवडेल, ह्यावर भाष्य केलेलं सकारात्मक होईल.

पालकांच्या पश्चात मुलांनी घरातल्या एखाद्या कामासंबंधात निर्णय घेतला व तो निर्णय दुर्दैवाने चुकीचा निघाला तर पालकांची प्रतिक्रिया काय होते?

"तुला कोणी हा शहाणपणा शिकवला? मोठा झाला म्हणजे सगळी अक्कल आली असं समजतोस की काय? एवढा मोठा निर्णय घेण्याआधी जर कोणाला विचारलं असतंस तर बरं झालं असतं."

अशा टीकेमुळे तरुण मुलांची निर्णय घेण्याची शक्ती काढून घेतली जाईल. स्पर्धात्मक जगात निर्णय घेण्याची क्षमता असलेलेच यशस्वी होतात. त्यामुळेच वरील टीका आपण सकारात्मकरीत्या मांडू शकतो.

"आम्ही कोणीही नसताना तू निर्णय घेतलास हे फार छान केलंस; परंतु निर्णय अपुऱ्या माहितीवर आधारित होता असं मला वाटतं. त्यामुळे तुझा निर्णय चुकला. पुढच्यावेळेस निर्णय घेताना संपूर्ण माहिती काढली आहेस, की नाही ह्याची खात्री करून घे."

आपल्याला जे पाहिजे ते आपण अशा प्रकारे सांगितले, तर ते जास्त उपयुक्त होईल.

## ५. सारखा उपदेश नको पण सल्ला जरूर द्या.

सततचा उपदेश कोणालाही आवडत नाही आणि बऱ्याचवेळा आपण सगळ्यांना उपदेशच देत असतो. उपदेश कितीही बरोबर असला आणि कितीही चांगला असला तरी तो अमलात आणला जात नाही. त्यामुळे उपदेशाचा उद्देश सफल होत नाही. जी पद्धत सफल होत नाही, ती वारंवार वापरायची कशाला?

अशावेळेस सल्ला मात्र जरूर द्यावा. सल्ल्यामध्ये आणि उपदेशामध्ये फरक काय आहे, ते प्रथम तपासून पाहूया.

उपदेश हा गुरूने करायचा असतो व सल्ला मित्रसुद्धा देऊ शकतो. उपदेशामध्ये एखाद्या शंकेचं समाधान असतं. एखाद्या प्रश्नाचं उत्तर असतं, तर सल्ल्यामध्ये तो प्रश्न सोडवण्यासाठी ढोबळ पद्धत सुचवलेली असते. उपदेश तंतोतंत पाळायचा असतो व सल्ला ही ढोबळ पद्धत असल्याकारणामुळे तंतोतंत पाळता येत नाही. ती पद्धत समोर ठेवून आपल्याला वेगवेगळे पर्याय असू शकतात. आपण यथाशक्ती, यथाबुद्धी आपला पर्याय निवडू शकतो. खरं म्हणजे हे स्वातंत्र्य सल्ल्यामध्ये मिळू शकतं. उपदेश अमलात आणताना जर एखादी अडचण आली तर त्याच्या समाधानासाठी परत गुरूकडे धाव घ्यावी लागते; पण सल्ल्यामधला पर्याय आपण निवडलेला असल्यामुळे त्यात कसे फेरफार करायचे, हे सर्वस्वी आपण ठरवू शकतो. उपदेशामुळे गुरूवर अवलंबून राहाण्याची सवय लागते. त्यामुळे व्यक्तीचा विकास होत नाही; पण सल्ल्याचं पालन करताना माणूस स्वावलंबन शिकतो. त्यामुळे व्यक्तीचा विकास होतो.

रोजच्या व्यवहारातील आपण एक उदाहरण पाहूया.

"मित्रा, हताश झालेला दिसतोस. काय झालंय?"

"अरे, मला नोकरी मिळवायची आहे व मला कुठेही यश मिळत नाही."

"याचं कारण काय ह्याचा शोध घेतलास?"

"होय, मला इंग्रजी बोलता येत नाही हाच माझा दोष आहे."

"मग आता त्याविषयी काय करायचं ठरवलं आहेस?"

"मला इंग्रजी बोलायला शिकायचं आहे. तू मला मदत करशील?"

"जरूर करीन. पण ती फक्त मदत असेल. मुख्य काम तुलाच करावे लागेल. इंग्रजी बोलायला शिकायच्या वेगवेगळ्या पद्धती आहेत. ह्यातली सगळ्यांत उत्तम कोणती? आपल्याला आवडेल ती. त्यामुळे तुला जी आवडेल ती सगळ्यांत उत्तम पद्धत असे लक्षात ठेव. तुझी

ह्यासाठी पैसे खर्च करायची तयारी असेल तर वर्तमानपत्र उघड. त्यात तुला इंग्रजी बोलायला शिकवणाऱ्या संस्थांच्या अनेक जाहिराती दिसतील. तुला जी योग्य वाटेल तेथे जा. नावाजलेल्या संस्थांची फी जरा जास्त असते; पण तेथे उत्तम शिकवलं जातंच असं समजण्याची काही गरज नाही. वर्तमानपत्रात काही पुस्तकांच्या जाहिराती दिसतील, ती पुस्तकं वाचूनसुद्धा इंग्रजी शिकता येईल. इंग्रजी वर्तमानपत्र वाचूनसुद्धा शिकता येईल. तुला पैसे खर्च करायचे नसतील, तर इंग्रजी बोलणारे मित्र जोड म्हणजे त्यांच्या बरोबर राहून तू आपोआप इंग्रजी बोलायला लागशील. मी तुला एकच कळकळीची विनंती करीन. कोणतीही पद्धत निवड; पण एकदा हे ध्येय ठरवलंस की मग पाऊल मागे आणायचं नाही. त्यामध्ये अनेक अडचणी येतील, कोणतीही पद्धत सोपी नाही. अतिशय प्रयत्न करावे लागतील पण जो अडचणींवर मात करतो तोच यशस्वी मानला जातो.''

''मित्रा, तू कसं शिकलास इंग्रजी बोलायला?''

''मी कोणताही क्लास केला नाही. मी इंग्रजी वर्तमानपत्र वाचलं नाही. मी इंग्रजी शिकण्यासाठी एकही पैसा मोजला नाही; पण मी त्यापेक्षाही मोठी किंमत मोजली आहे. कशी माहितीय? मी सुद्धा एक दिवस ठरवलं इंग्रजी बोलायला शिकायचं. पण हातात पैसे नव्हते. मला वाचनाची आवड नव्हती पण शिकण्याची जिद्द होती. मी इंग्रजी चांगले बोलणारे मित्र जोडले व त्या सगळ्यांना सांगितलं की मला इंग्रजी बोलायला शिकायचं आहे म्हणून माझ्याशी फक्त इंग्रजीमध्येच बोला. मी जेव्हा जेव्हा इंग्रजी बोलताना चुका करीन त्या मला ताबडतोब सांगा. कोणाहीसमोर सांगितल्या तरी चालतील; पण त्या ताबडतोब सुधारा. मी असं इंग्रजी शिकलो.''

''मग त्यात पैशापेक्षा मोठी किंमत काय मोजली?''

''अरे, सुरुवातीला माझ्या इंग्रजीमध्ये इतक्या चुका होत होत्या, की माझे मित्र जेव्हा त्या निदर्शनास आणत, त्यावेळेस आजुबाजूचे सगळेजण मला हसत होते आणि ही प्रक्रिया बरेच दिवस चालू होती. सगळ्यांसमोर हसं करून घ्यायची किंमत मी मोजली आहे. ही किंमत पैशामध्ये मोजता येणार नाही; पण हीच किंमत तू मोजायला पाहिजेस असा माझा काही आग्रह नाही. पण भाषा शिकताना चुका होणारच. त्या निदर्शनास आणल्या नाही, तर त्यांची दुरुस्तीही होणार नाही. संभाषण करताना त्या ताबडतोब निदर्शनास आणल्या, तर शिकणाऱ्याचा

वेळ वाचून प्रगती अतिशय वेगाने होते. लहान मूल जेव्हा बोलायला शिकत असतं, तेव्हा ते अनेक चुका करतं पण आपण त्या चुका ताबडतोब सुधारत असतो व त्यामुळेच मुलं चटकन शिकतात. मी अगदी हेच उचललं. परंतु तू काय करावं हा तुझा प्रश्न आहे.''

पाहिलेत, वरील संभाषण ह्यामध्ये उपदेश नाही पण सल्ला आहे. हा सल्ला अतिशय ढोबळ आहे. त्यामध्ये समोरच्या व्यक्तीला जो पर्याय आवडेल, तो उचलायची मुभा आहे. त्यामुळे ती व्यक्ती जो काही पर्याय उचलेल, तो त्या व्यक्तीचा स्वत:चा असेल. त्यामुळे तो अमलात आणला जाण्याची शक्यता शंभर टक्के होते म्हणून सल्ला देण्याचा उद्देश सफल होतो.

### ६. टीकेमध्ये सातत्य असावे.

सकारात्मक टीका ही सातत्याने करावी. आरंभशूरांसारखे एक दिवस चांगल्या गोष्टी सांगितल्या व त्यानंतर काहीच केले नाही असे असू नये. प्रोत्साहन देणाऱ्या टीकेची माणसाला नेहमी गरज असते.

येथे मला असे म्हणायचे आहे, की टीका करणे म्हणजे फक्त नकारात्मक गोष्टी निदर्शनास आणायच्या असे नाही तर चांगल्या गोष्टींवरही टिप्पणी करायची. विशेषत: आपण ज्या नकारात्मक गोष्टी सुधारण्यासाठी टीका केली असेल व त्या व्यक्तीने त्या गोष्टींची दखल घेऊन त्या सुधारल्या असतील तर त्यावरही चांगली टिप्पणी करायची. उदाहरणार्थ, आपण एखाद्याला त्याच्या गबाळेपणाबद्दल बोललो असू आणि त्याने त्याची दखल घेऊन काही गोष्टी सुधारायचा प्रयत्न केला असेल, तर त्या गोष्टीवरही आपण आवर्जून एक चांगला शेरा मारला पाहिजे. अशा टीकेची देवाण घेवाण सतत व्हायला पाहिजे.

### ७. टीका ही वैयक्तिक अनुभवावर आधारित असावी.

कानाने ऐकलेलं आणि डोळ्याने पाहिलेलं ह्यामध्ये चार बोटांचं अंतर असतं, त्यामुळे टीका ही नुसत्या ऐकीव माहितीवर धोकादायक असू शकते. टीका स्वत:च्या अनुभवावर आधारित असावी.

'अमूक अमूक बाई शिष्ठच आहे.' 'अमूक अमूक पुरुष बायकांच्याबाबतीत ढिला आहे.' 'अमूक अमूक मुलगी छैलछबिली आहे.' अशा अनेक ऐकीव गोष्टी आपल्याकडे असतात. परंतु त्या शंभर टक्के खऱ्या आहेत, हे ग्राह्य मानून त्यावर आपल्या संभाषणाची भिस्त उभारणे हे धोकादायक असू शकतं.

शिष्ठ, ढिला, छैलछबिली हे सगळे दुसऱ्या कोणीतरी लावलेले अर्थ आहेत, ते अर्थ चुकीचे असू शकतात. एखादेवेळेस त्यांच्याकडे जी माहिती आहे

ती खरी असू शकते; पण त्याचे अर्थ चुकीचे असू शकतात. उदाहरणार्थ, दोन ओळखीच्या व्यक्ती समोरासमोरून येत आहेत. एक व्यक्ती दुसऱ्या व्यक्तीकडे बघून हसते; पण दुसऱ्या व्यक्तीच्या डोळ्यांवर त्यावेळी चष्मा नसतो. त्यामुळे त्याला ते दिसत नाही किंवा त्यावेळी ती व्यक्ती दुसऱ्या कोणत्यातरी विचारात असते किंवा पहिल्या व्यक्तीचं हसणं इतकं अस्पष्ट असतं, की ते दुसऱ्या व्यक्तीला लांबून दिसत नाही. त्यामुळे ती व्यक्ती त्या स्मित हास्याला प्रतिसाद देत नाही. पहिली व्यक्ती ह्याचा अर्थ 'शिष्ठ' असा लावून मोकळी होते. एवढंच नाही तर आपला चालण्याचा मार्गही बदलते. आता ह्यानंतर गंमत होते. दुसऱ्या व्यक्तीला हे दिसतं की, समोरच्या व्यक्तीने आपल्याला पाहून रस्ता बदलला म्हणून ती व्यक्तीही समोरच्या व्यक्तीला 'विचित्र स्वभावाचा' किंवा 'शिष्ठ' असे विशेषण लावून मोकळी होते. ही विशेषणं दोन्ही बाजूने लावली जातात. त्यामुळे आपल्या कानावर जी काही विशेषणे येतील, ती पूर्णपणे खरी आहेत असं समजून चालणं हे बरोबर नाही. त्या व्यक्तीचा प्रत्यक्ष अनुभव घेणे जरुरीचे आहे.

दुसरी गोष्ट म्हणजे, जी विशेषणं आपण इतरांना लावतो तीच विशेषणं इतर मंडळी आपल्यालाही लावत असतात. कारण कधीतरी आपणही विचारात असतो व आपल्याकडूनही कोणीतरी दुर्लक्षित होत असतं किंवा आपण दुःखी मूडमध्ये असतो. त्यामुळे आपल्याकडून अगदी विरळ स्मित होतं किंवा आपली कोणतीतरी सवय कोणालातरी खटकते व लगेच आपल्याला 'छैलछबिली'सारखी विशेषणे लावून झालेली असतात. त्यामुळे नुसत्या ऐकीव माहितीवर *चार शब्दांची देवाण घेवाण* न केलेली बरी.

## ८. गरज असल्याशिवाय टीका करू नये आणि विचारल्याशिवाय सल्ला किंवा उपदेश देऊ नये.

बऱ्याचवेळा वरील दोन्ही गोष्टी एकापाठोपाठच होत असतात. आमच्या ओळखीच्या एक 'ताई' आहेत. ताईंना गरज नसताना टीका आणि त्यापाठोपाठ सल्ला द्यायची फार सवय आहे.

ताईंच्या ऑफिसमध्ये सोमवारी जेवायच्या वेळेस कोणाच्या ताटात किंवा डब्यात नॉनव्हेज आढळलं की ताई लगेच म्हणणार, "हे काय सोमवारी नॉनव्हेज खाता? अहो, सोमवारी नॉनव्हेज खाऊ नये असं शास्त्रात सांगितलेलं आहे."

कुणी मैत्रिणीनी लिपस्टीक लावलेली आढळली, की ताई म्हणणार, "हे काय केवढी डार्क लिपस्टीक लावली आहेस? काढून टाक. एवढी डार्क

लिपस्टिक चांगली नाही.''

कुणी मैत्रिणीनी टाइट स्कर्ट घातला. लगेच ताई म्हणणार, ''एवढा टाइट स्कर्ट बरा नाही दिसत.''

कुणाच्या घराला नवीन रंग दिला, नवीन टी.व्ही. आणला, म्युझिक सिस्टीम आणली, काहीही नवीन केलं तरी ताईंना त्यातलं काहीतरी खटकतं व त्यावर काहीतरी शेरा मारल्याशिवाय त्यांना बरं वाटत नाही.

''एकाच खोलीत वेगवेगळे रंग का दिले? एकच रंग बरा दिसतो.''

''नवीन टी.व्ही. खोलीच्या मानाने मोठा का घेतला?''

''म्युझिक सिस्टिमचे स्पीकर एवढ्या वर का लावले?''

जशा ''ताई'' तसे ''बाबुराव'' हे सुद्धा ज्यात त्यात नाक खुपसतात.

''अरे, नवीन शर्ट घेतलास. छान आहे, पण एवढा गॉडी रंग चांगला नाही दिसत तुला.''

''नवीन फ्रीज घेतला? अरे वा! पण फ्रीजची जागा चुकली आहे. ह्या कोपऱ्यात जास्त चांगला दिसला असता.''

''काय रे, काल सहकुटुंब हॉटेलमध्ये गेला होतास काय? अरे मला आधी सांगितलं असतं, तर मी छानपैकी हॉटेल सुचवलं असतं.''

''अरे, मला का नाही सांगितलंस की फर्निचर करतो आहेस म्हणून? मी एक उत्तम सुतार गाठून दिला असता.''

ह्या ''ताई'' आणि ''बाबुराव'' ह्यांची एक गंमत असते. ह्यांचं बहुतेक सर्व विषयांवर प्रभुत्व असतं. फर्निचर असो की हॉटेलिंग असो वा घरातील टापटीप आणि सजावट असो, वास्तुशास्त्र असो, पाककृती असो, खेळ असो, सिनेमा असो, नाटक असो, सहल असो, राजकारण असो. कोणताही विषय घ्या, ह्यांना त्याची जरा जास्त माहिती असते व त्यामुळे त्या सर्व विषयांबाबत त्यांचे खास असे विचार असतात. संपूर्ण जग ह्यांच्या विचारांना धुडकावून लावताना त्यांना दिसतं. त्यामुळे त्यांना त्याबाबतीत गप्प बसता येत नाही. हे जगाला सुधारायचा प्रयत्न करताना दिसतात.

परंतु असली टीका आणि त्यापाठोपाठ येणारे सल्ले कितीही बरोबर असले तरीही ते केराच्या टोपलीतच जातात. ह्याच कारण असं आहे की ह्या टीकाकारांनी एका मूलभूत नियमाचे उल्लंघन केलेले असते व ते म्हणजे गरजवंतानी विचारल्याशिवाय टीका तर करू नयेच पण त्याला सल्लाही देऊ नये.

आता काही ज्येष्ठ नागरिकांच्या मनात आणि काही पालकमंडळींच्या चेहेऱ्यावर लगेच प्रश्नचिन्ह उभं राहील. ''म्हणजे आमची तरुण मुलं काही वेडंवाकडं करीत

असतील तरी त्यांच्यावर आम्ही टीका करायची नाही का? त्यांना मार्गदर्शन करायचं नाही का? त्यांना त्यांची चूक लक्षात येईपर्यंत वेळ निघून गेलेली असेल.''

असा प्रश्न उभा राहाणं अगदी साहजिक आहे. टीका अगदी जरूर करायची; पण त्या टीकेचं पुढे काय होईल हे तुम्ही आधी कितीवेळा टीका आणि सल्ले दिले होते त्यावर अवलंबून राहील. त्याचप्रमाणे तुमचं त्या व्यक्तीशी काय नातं आहे, ह्यावरही अवलंबून राहील. टीका करताना तुम्ही आधीच्या सात नियमांचं पालन करता की नाही ह्यावर अवलंबून राहिलं नाही तर तुमचा सल्ला बरोबर असेल, पण तो योग्य पद्धतीने न दिल्यामुळे केराच्या टोपलीतच जाईल. आपण काय बोलतो ह्यापेक्षा कसं बोलतो, ह्यालाच शेवटी जास्त महत्त्व दिलं जातं.

परंतु आपण जर चार पावसाळे जास्त पाहिलेले असतील व आपल्याला निश्चितपणे पुढे येणाऱ्या समस्यांची पूर्वकल्पना असेल, तर निदान गरजवंताला त्याबद्दल प्रश्न विचारायला उद्युक्त करणे हे आपलं काम आहे. मग तो जेव्हा प्रश्न विचारेल तेव्हा त्याबद्दल सल्ला देणं म्हणा किंवा त्याबद्दल टीका करणे योग्य होईल. त्यासाठी कशा युक्त्या वापरायच्या हा ज्याच्या त्याच्या कल्पकतेचा खेळ आहे; परंतु ते करणे गरजेचं आहे. आता आपण एक छोटंसं उदाहरण घेऊया.

समजा, तुमचा दुसरीतला मुलगा सगळ्या विषयात नापास झाला. तुम्हाला आश्चर्य वाटतं व रागही येतो. आश्चर्य अशासाठी की त्याला तोंडी सगळं येतं, पण परीक्षेत लिहिता आलं नाही. राग अशासाठी की त्याने लिहिण्याकडे दुर्लक्ष केलं व फक्त तोंडी अभ्यास करतो. त्याने जर असंच अभ्यासाकडे दुर्लक्ष केलं तर त्याच्या भविष्यावर विपरीत परिणाम होईल. या विचाराने तुम्ही अस्वस्थ होता.

"बेटा, तुला तोंडी अभ्यास सगळा येतो; पण तू काहीही लिहीत नाहीस. तू परीक्षेत लिहिलेले सगळे पेपर मी पाहून आलो. सगळे अर्धवट लिहिलेले आहेत. आता तू सगळ्या विषयात नापास झालास, हे आम्हाला अजिबात आवडलं नाही. तुला वर्गात कसं वाटलं?" बाबांनी विचारले.

त्या छोट्या पोराला ह्याचं उत्तर काही देता येत नाही.

थोडं थांबून बाबा म्हणाले, "माझी खात्री आहे, की तुलासुद्धा आवडलेलं नाही. आता तुला काय करायला पाहिजे सांग बरं?"

मुलगा म्हणाला, "पण बाबा माझं लिहिताना डोकं दुखतं म्हणून मी लिहीत नाही."

बाबांना कळलं की मुलाचे डोळे खराब आहेत व त्याला हे कळत नव्हतं. त्याला डोळ्यांच्या डॉक्टरकडे नेणे आवश्यक होतं. त्याच्या डोळ्यांचा नंबर काढला व चष्मा लावल्यावर त्याच्या पुढच्या परीक्षेत व्यवस्थित प्रगती दिसली.

आपण टीका करण्याआधी व सल्ला देण्याआधी जर असे उद्युक्त करणारे प्रश्न विचारले तर आपणास बऱ्याचवेळा अतिशय उपयुक्त माहिती मिळते व त्यामुळे आपल्या टीकेचा रोख व सल्ल्याची दिशा बदलू शकते.

त्यामुळेच सर्वसाधारणपणे आपण ह्या नियमाचे पालन केलेले बरे. गरजवंताने विचारल्याशिवाय त्याच्यावर टीका करू नये व त्याला सल्ला देऊ नये. गरजवंताला गरज भासली नसेल, तर सल्ला देण्याआधी त्या गरजेची जाणीव करून द्यावी व नंतरच पुढची कारवाई करावी.

## ९. समोरच्या व्यक्तीच्या हितासाठी टीका असावी.

टीकेचा मूळ उद्देश म्हणजे समोरच्या माणसाचं हित. हा उद्देश कधीही नजरेआड होऊ देता कामा नये. बऱ्याचवेळा टीका करण्याच्या नादात आपण हा उद्देश नजरेआड करतो व स्वतःच्या वर्चस्वासाठी टीका केली जाते.

> "आणखी अभ्यास केला असता तर त्या समोरच्या देशपांड्यांच्या सुरेशपेक्षा जास्त मार्क मिळाले असते."

ही टीका स्वतःच्या वर्चस्वासाठी आहे. असल्या टीकेचा काही उपयोग नसतो. मुलाने आपल्या कुवतीप्रमाणे प्रयत्न केले की नाही व त्याच्या कुवतीप्रमाणे त्याला मार्क मिळाले आहेत की नाही हा मुद्दा जास्त महत्त्वाचा आहे. देशपांड्यांच्या मुलापेक्षा मार्क जास्त आहेत की नाही, हा मुद्दा तुमच्या वर्चस्वासंबधीचा आहे. तो मुलाच्या दृष्टीने कवडीमोल आहे.

## १०. जी गोष्ट बदलता येईल अशाच गोष्टीवर टीका करावी.

एखादा माणूस खूप काळा आहे किंवा खूप बुटका आहे असल्या गोष्टीवर टीका करून काहीच निष्पन्न होणार नाही. त्या माणसाला ह्या गोष्टी बदलता येणं शक्य नाही. माणसाला आपले आईवडील बदलता येत नाहीत. रंग, उंची, जन्मस्थान, कुटुंब वगैरे गोष्टी बदलता येत नाहीत. असल्या गोष्टींवर टीका करून काही उपयोग नसतो.

## ११. टीकेमुळे नातेसंबंध सुधारावे.

सर्वसाधारणपणे आपल्यात एक समज आहे, की टीका केल्यामुळे संबंध

बिघडतात. खरं म्हणजे आपले संबंध बिघडतात ते टीका केल्यामुळे नाही तर आपण टीका करताना वरील नियमांचं पालन करीत नाही म्हणून. आपण जर वर नमूद केलेल्या नियमांचं पालन केलंत तर टीका केल्यानंतरही आपले संबंध सुधारतील.

टीकेचा मूळ उद्देश जर आपण नजरेआड केला नाही, तर टीकेमुळे नातेसंबंध सुधारतील. टीका जर समोरच्या व्यक्तीच्या उत्कर्षासाठी असेल तर अशा टीकेमुळे संबंध सुधारायला काहीच हरकत नाही. आता तुम्ही म्हणाल, "अहो, आम्ही उत्कर्षासाठीच टीका करतो; पण तरीही हल्ली तरुणांना हे सांगितलेलं आवडत नाही." बरोबर आहे आपली पंचाइत कुठे येते सांगू? आपण टीका आपल्या दृष्टिकोनातून केलेली असते. हा दृष्टिकोनच समोरच्या व्यक्तीला मान्य नसतो. त्यामुळे तो ती टीका नाकारतो. त्यावेळेस ती व्यक्ती उलट आपल्यावर टीका करीत असते. अशावेळेस काय करायचं, ह्याची चर्चा दुसऱ्या भागात केलेली आहे.

## १२. काळवेळ, रागरंग पाहूनच टीका करावी.

योग्य वेळी योग्य गोष्टींची टीका व्हावी. क्वचित असे प्रसंग येतात की ताबडतोब टीका करणे योग्य होत नाही. तर क्वचित असे प्रसंग येतात की ताबडतोब त्या गोष्टी निदर्शनास आणून देणे, हे योग्य असते.

घरात पाहुणे आलेले असताना १. एखाद्या व्यक्तीकडून काही चूक झाली तर ती चूक सगळ्यांच्या समोर निदर्शनास आणून देणे बरोबर नाही. २. मग ती व्यक्ती घरातील सर्वांत लहान व्यक्ती असो वा मोठी व्यक्ती. परंतु एखाद्या व्यक्तीच्या गुणविशेषाबद्दल टिप्पणी करायची असेल, तर ती मात्र सगळ्यांच्यासमोर व्हायला हवी.

भरधाव वाहतुकीचा रस्ता ओलांडताना चूक होत असेल किंवा झाडावर चढताना चूक होत असेल, तर मात्र ताबडतोब निदर्शनास आणायला हवी. कारण त्यामध्ये शरीराला इजा होण्याचा संभव आहे. कोणतीही धोकादायक कृती करताना चुका होत असतील तर त्याबद्दल ताबडतोब टीका व्हायला हवी.

# भाग : दुसरा

# चार शब्द घेताना

सुरुवातीला म्हटल्याप्रमाणे संभाषण हे कमीतकमी दोन व्यक्तींमध्ये होत असतं. त्यामुळे त्या संभाषणाचं रूपांतर सुसंवादामध्ये होईल की नाही ह्याची जितकी जबाबदारी टीका करणाऱ्याची राहते तितकीच टीका ऐकणाऱ्याचीही राहते.

आपल्याकडे म्हण आहे 'निंदकाचे घर असावे शेजारी'; पण असा शेजारी कुणालाही आवडत नाही. मग ही म्हण का बरं तयार झाली असेल? याचं कारण असं आहे की बहुतेक टीकाकारांचा उद्देश चांगलाच असतो. तो उद्देश जर आपण पकडला तर त्यात आपलंच भलं झालेलं दिसेल. परंतु टीका करताना कोणते नियम पाळायचे असतात हे बहुतेक टीकाकारांना माहीत नसते मग त्यांच्याकडून टीका चुकीच्या पद्धतीने मांडली जाते. ही चुकीच्या पद्धतीने मांडलेली टीका सरळ करून घेण्याची संधी प्रत्येकाला मिळावी म्हणूनच ही म्हण तयार झाली असावी.

आता प्रश्न असा उभा राहातो, की आपल्या भल्यासाठी केलेली टीका ही फक्त चुकीच्या पद्धतीने मांडलेली आहे म्हणून आपण नाकारावी काय? तसे केले तर तो आपला मूर्खपणा होईल. म्हणूनच जेव्हा आपल्यावर टीका होत असते, तेव्हा आपण काही विशिष्ट प्रकारच्या काळज्या घ्यायला पाहिजेत.

आपल्यावर जेव्हा टीका होत असते तेव्हा सर्वसाधारणपणे आपण उगाचच बचावात्मक पवित्रा घेतो. आपल्याला दोष दाखवलेला आवडत नाही. आपल्या व्यक्तिमत्त्वावर टीका केलेली आपल्याला आवडत नाही. त्यामुळे कोणत्याही टीकेत थोडंसुद्धा दोषारोपण केलेलं आढळलं तर आपण त्यापासून बचाव कसा करायचा हेच पाहातो. बचावात्मक पवित्र्यामध्ये टीका ऐकून घेतली जाते. त्यामुळे उलट आपलीच प्रगती खुंटते. म्हणूनच बचावात्मक पवित्रा सोडून देऊन आपण टीका जाणून घ्यायला शिकलं पाहिजे.

बचावात्मक पवित्रा नक्की कसा असतो व तो सोडायचा म्हणजे नक्की काय करायचं, ह्यावर आता थोडी चर्चा करूया.

आपण सगळ्यांनीच लहानपणी राजाराणीच्या गोष्टी ऐकल्यात व वाचल्यात. त्यात नेहमीच राजाचा मोठा राजवाडा असतो व त्याला अनेक दरवाजे असतात; परंतु प्रत्येक दरवाजावर राखणदार असतात. ते राजवाड्याचं रक्षण करण्याकरता ठेवलेले असतात. त्यांना पार करून गेल्याशिवाय राजवाड्यात प्रवेश मिळत नाही किंवा राजाला भेटता येत नाही. हे राखणदार राजाचं आणि राजवाड्याचं रक्षण करणारे असल्यामुळे थेट राजाच्या अखत्यारीत असतात. येथे राजाची अतिशय विश्वासू माणसे असतात व ती कोणालाही सहजासहजी राजवाड्यात शिरून देत नाहीत. त्याचप्रमाणे आपल्या व्यक्तिमत्त्वाचाही एक राजवाडा असतो. त्याच्यावरही अनेक बाजूने टीका होऊ शकते. म्हणजेच त्याला अनेक दरवाजे असतात; परंतु प्रत्येक दरवाजावर टीकेचे शब्द आपल्यापर्यंत पोहोचू नयेत म्हणून आपण एक एक राखणदार बसवलेला असतो. ही व्यवस्था एकदम चोख असते. जिथून टीका येण्याचा संभव असतो, असल्या प्रत्येक दरवाजावर एक राखणदार आपल्या व्यक्तिमत्त्वाच्या राजवाड्याचे रक्षण करत असतो. कोणतीही टीका आली की ती येथे अडवली जाते व परतवली जाते. ही आपली बचावात्मक व्यवस्था असते.

चला पाहूया हे रखवालदार कोण आहेत व ते आपल्या प्रासादाचं रक्षण कसे करताहेत-

## १. सपशेल नकार देण्याऐवजी टीकेची संपूर्ण जबाबदारी घ्यावी.

हा पहिला रखवालदार. येथे कोणतीही टीका आली की पहिल्याप्रथम ती धुडकावून लावली जाते. इंग्रजीमध्ये एक वाक्य आहे "धहिम रे प ूहिम." ह्याचा अर्थ असा आहे, की आक्रमण हाच उत्तम बचावात्मक मार्ग आहे. त्यामुळे ह्या दरवाजावर कोणतीही टीका आली, की हा रखवालदार ती धुडकावून लावतो व येथून कोणालाही प्रवेश दिला जात नाही.

बऱ्याच वेळा आपण ह्या बचावात्मक पवित्र्याचा उपयोग करतो. आपल्यावर जो काही आरोप होत असेल, तो संपूर्णपणे चुकीचा आहे हे आपण सिद्ध करायचा प्रयत्न करतो. त्या टीकेमध्ये आपल्याला एक प्रकारचा दोष दिसतो व तो दोष मान्य करण्यात म्हणजे आपल्याला कमीपणा वाटतो. त्यामुळे आपण त्या टीकेचं पूर्णपणे खंडन करतो

"तू जरा आळशी दिसतोस." असं कोणी म्हणत असेल की त्याचं पुढचं वाक्य तोंडातून बाहेर येण्याआधीच त्याला प्रत्युत्तर तयार, "चल, काहीतरीच काय म्हणतोस? मी जरासुद्धा आळशीपणा करत नाही. बाकीचे किती आळशीपणा

करतात ह्याची तुला कल्पना नाही. त्या दिवशी माझं जरा अंग दुखत होतं म्हणून मी जरा कंटाळा करत होतो. नेमकं तेच तुझ्या लक्षात असेल; पण मी अजिबात आळशी नाही. तुझा गैरसमज होतोय.''

''तू जरा रागीट दिसतोस'' असा कोणी आरोप करायच्या तयारीत असेल की ते वाक्य बाहेर यायच्या आत त्याचं प्रत्युत्तर तयार ''काय वाट्टेल ते काय बोलताय? मी उलट किती शांततेने घेतो. तुम्ही बाकीची रागीट मंडळी पाहिली नाहीत म्हणून तुम्ही असं बोलताय. आता त्या दिवशीसुद्धा मी शांततेनेच घेत होतो पण मला सारखं सारखं *चिडका* म्हटल्यावर मला राग आला; पण एरवी माझे सगळ्यांशी अगदी चांगले संबंध आहेत.''

''तुला काटकसर अजिबात करता येत नाही'' हा आरोप कुणी केला की त्याचं प्रत्युत्तर लगेच तयार ''काहीतरीच काय बोलताय? मी उलट किती काळजीपूर्वक पैसे खर्च करतो. तुम्ही माझ्यापेक्षा उधळी लोक पाहिली नाहीत.''

अशा प्रकारे कोणतीही टीका उडवून लावता येते. ह्याऐवजी ह्या टीकेची जबाबदारी घ्यावी. आपल्यावर जी काही टीका होते आहे ती आपल्या वागण्यामुळे होत आहे. त्या वागण्याची संपूर्ण जबाबदारी आपल्यावरच आहे. म्हणून ओघाने ह्या टीकेचीसुद्धा संपूर्ण जबाबदारी आपल्यावर आहे असा विचार करून त्या टीकेचे परीक्षण करावे. काही मंडळींना हा विचारसुद्धा लगेच उडवून लावावासा वाटेल व मनात विचार येईल, ''म्हणजे लोक काय वाट्टेल ते बोलतील ते आम्ही मान्य करायचं काय?''

नाही, मान्य करायचं नाही पण ऐकून तर निश्चित घेता येईल. त्या टीकेचं फक्त परीक्षण करायचं. ती टीका बरोबर असेल किंवा चुकीचीसुद्धा असेल. ती चुकीची असेल तर टाकून द्यायची; पण त्याचं परीक्षण करायचं. ती पडताळून पाहायची व मग टाकून द्यायची. आता हे कसं काय करायचं, ते आपण पाहूया.

''तू जरा आळशी दिसतोस'' ह्या टीकेला धुडकावून लावण्याऐवजी समोरच्या व्यक्तीला काय म्हणायचं आहे ते पूर्ण बोलून द्यावं. आपण पहिल्या भागात चर्चा केली आहे की संभाषण करताना टीकात्मक भाषा वापरू नये. परंतु ''आळशी'' हा शब्द टीकात्मक आहे, वर्णनात्मक नाही. त्यामुळे ह्या टीकात्मक शब्दाचा नक्की कोणता अर्थ अभिप्रेत आहे त्याबद्दल माहिती विचारावी. उदा, ''कोणत्या प्रसंगावरून तुम्ही असं म्हणताय की मी आळशी आहे?'' किंवा ''तुमच्या मते माझ्या मित्रांपैकी कोण आळशी नाही?'' किंवा ''मी काय केलं की तुम्ही मला आळशी म्हणणार नाही?'' असे प्रश्न विचारले तर आपल्याला नेमकी माहिती मिळते व त्यावरून काहीतरी निष्कर्ष काढता येतो. आता हीच माहिती पडताळून पाहायची असेल, तर दुसऱ्या कोणा

व्यक्तीला असेच प्रश्न विचारून माहितीचा ताळा करून पाहावा. परंतु दोघा तिघांकडून तीच माहिती मिळाली व त्यांच्याकडूनही आळशीपणाची पुष्टी मिळाली तर इतरांचं तुमच्याबद्दलचं मत खरं आहे व ते धुडकावून लावण्याची गरज नाही असे समजावे.

आता दुसरा प्रसंग, "तू जरा रागीट दिसतोस" ह्या टीकेवरही असेच प्रश्न विचारावे व त्याचा पडताळा करून पाहावा. "रागीट म्हणजे तुम्हाला नक्की काय म्हणायचं आहे?" किंवा "कोणता प्रसंगावरून तुम्हाला वाटतं की मी रागीट आहे?" किंवा "माझ्या मित्रांपैकी कोण रागीट नाही असं तुम्हाला वाटतं?"

आता तिसरा प्रसंग "तुला काटकसर अजिबात करता येत नाही" ह्या टीकेवरही असेच प्रश्न विचारून पाहावे. त्याचा पडताळा करून पाहावा. "काटकसर म्हणजे नक्की कशी करतात?" किंवा "कोणत्या प्रसंगात मी काटकसर केली नव्हती?" किंवा "माझ्या मित्रमंडळीमध्ये कोण सगळ्यांत काटकसरी आहे?"

समोरच्या व्यक्तीने टीकात्मक भाषा वापरली असेल ह्यात त्याचा काही दोष समजू नये. कारण संभाषण कसे करावे, ह्याचे त्याने शिक्षण घेतलेले नाही. त्यामुळे तो ह्याबाबतीत अडाणी आहे असे समजावे. अडाणी माणूस अशुद्ध बोलला तर आपल्याला राग येतो का? नाही, कारण त्याच्याकडून ती अपेक्षाच नसते. त्यामुळे आपण जगाकडून शास्त्रशुद्ध संभाषणाची अपेक्षाच केली नाही तर मग फक्त प्रश्न उरतो, तो म्हणजे हे टीकात्मक संभाषण वर्णनात्मक कसे करायचे? हे एक आव्हान आहे असं समजलात तर तुमची कल्पकता जागी होईल व वेगवेगळे प्रश्न विचारून आपल्याला आपल्याविषयी बिनचूक माहिती मिळेल. त्यानंतर बिनचूक निष्कर्ष काढता येईल.

कदाचित आपण आळशी नसू; पण आपला कामसूपणा फक्त इतरांना दिसत नसेल. अशा वेळेस तो दिसण्याकरता काय करायचे हे आपल्याला ठरवता येईल.

कदाचित आपण रागीट नसूसुद्धा; पण फक्त आपली देहबोली तशी वाटत असेल किंवा आपला आवाज मोठा होत असेल. ह्या माहितीच्या आधारे आपल्यात योग्य ते बदल घडवून आणता येतील.

कदाचित आपल्या काटकसरीची व्याख्या आणि इतरांच्या काटकसरीची व्याख्या ह्यामध्ये तफावत असेल. ह्या माहितीच्या आधारे आपल्याला योग्य तो निष्कर्ष काढून त्याप्रमाणे कारवाई करता येईल. असे केल्याने आपल्याबद्दलचे गैरसमज कमी होतात व टीकेचा उद्देश सफल होतो.

परंतु टीका सपशेल नाकारण्याचा एक मोठा गैरफायदा म्हणजे टीका करणारी

व्यक्ती स्वत:च्या मतावर ठाम राहते व आपण ते धुडकावून लावलेलं असल्यामुळे आपण त्याविषयी काही करत नाही. आपल्या न आवडण्यामुळे पुढच्या वेळेस ती व्यक्ती फक्त ते बोलणार नाही; पण तिच्या मनात तुमच्याबद्दलचं मत तेच राहणार. एवढेच नाही, तर त्या व्यक्तीची टीका धुडकावून लावल्यामुळे ती व्यक्ती तुमच्याबद्दल आणखी एक गैरसमज करून घेईल व ती तो तुमच्याजवळ बोलून दाखवणार नाही.

ह्या उलट आपण जर प्रश्न विचारून माहिती मिळवली व त्यावर कारवाई केली व ती त्या व्यक्तीला कळवली तर तिचा तुमच्याविषयीचा गैरसमज तर दूर होईलच; पण तुमच्याबद्दल तिच्या मनात आदर निर्माण होईल व ती तो दुसऱ्यांकडे बोलून दाखवेल. म्हणूनच कोणतीही टीका- मग ती बरोबर असो वा चूक असो, सपशेल धुडकावून लावणे आपल्या हिताचे नाही.

आता तुमच्या मनात प्रश्न येईल, की टीका धुडकावून द्यायची नाही म्हणजे मान्य करायची का?

असा प्रश्न येणं साहजिक आहे. परंतु एक गोष्ट लक्षात ठेवायची की ज्याअर्थी टीका झालेली आहे त्याअर्थी कोणत्या तरी माहितीच्या आधारे आपल्याबद्दल हे मत झालेलं आहे. ती माहिती ऐकीव असेल, प्रत्यक्ष पाहिलेली असेल, चुकीची असेल किंवा बरोबर असेल. ती माहिती आपल्याबद्दल आहे व ती पूर्णपणे जाणून घेतली पाहिजे. टीकाकार जेव्हा टीका करतो, तेव्हा तो आपल्याला ती माहिती देत नाही तर त्याबद्दल त्याचं काय मत आहे, हे देतो. आपण ह्या मताकडे जास्त लक्ष न देता ती माहिती काढून घेतली पाहिजे. मग अशावेळी आपण प्रश्न विचारायचे व आपलं कौशल्य पणाला लावायचं आणि ही माहिती नुसती समजून घ्यायची.

आळशी म्हणजे नक्की काय म्हणायचं आहे? कोणत्या प्रसंगावरून तुम्ही मला रागीट म्हणता? मी काय केलं की तुम्ही मला रागीट म्हणणार नाही? काटकसर म्हणजे नक्की काय म्हणायचं आहे? मी त्यासाठी काय करत नाही असं तुम्हाला वाटतं? असे प्रश्न आपण विचारू शकतो.

टीकाकाराच्या टीकेवर असले प्रश्न विचारले जाऊ लागले, की मग टीकाकार आणखी खूष होतील. त्यांच्याकडे तुमच्याबद्दल जी काही माहिती आहे, ती तुम्हाला देतील. आता ही माहिती बरोबर असेलच असं नाही. अनेकवेळा फक्त गैरसमज असण्याची शक्यता असते. पण योग्य संभाषणाच्या आधारे तो गैरसमज दूर केला जाऊ शकतो.

आणखी एक शक्यता होऊ शकते, ती अशी की टीकाकार तुमच्याबद्दल माहिती सांगेल व त्या माहितीशी तुम्ही पूर्णपणे सहमत आहात. पण त्या

माहितीच्या आधारे त्याचं जे काही तुमच्याबद्दलचं मत आहे, हे तुम्हाला मान्य नाही. उदा. त्याने तुम्ही ज्या प्रसंगात चिडलात किंवा ज्या प्रसंगात आवाज चढवलात असे प्रसंग सांगितले, तरी तुम्ही रागीट आहात हे तुम्हाला मान्य नाही. टीकाकार ज्या ज्या प्रसंगाबद्दल बोलतो आहे ते म्हणजे निव्वळ अपवाद आहेत असं तुम्हाला वाटतं. आता पुढे काय करायचं?

पहिली गोष्ट म्हणजे टीकाकाराशी ह्याबद्दल वाद घालायचा नाही. त्याने ही माहिती दिल्याबद्दल फक्त त्याचे आभार मानायचे. त्यानंतर तुमच्या जवळच्या जिवलग मंडळींशी ह्याबाबत थोडी चर्चा करायची व त्यांना त्यांचं मत विचारायचं. टीकाकाराच्या मताशी जर तुमची जिवलग मंडळी सहमत होत नसतील तर मग ती टीका खरोखरीच अपवादात्मक होती असं समजा व त्याकडे विशेष लक्ष देऊ नका. पण जर ह्या उलट परिस्थिती असेल तर मात्र तुम्हाला कंबर कसावी लागेल व कामाला लागावे लागेल.

आता टीका जर जिवलग लोकांकडूनच झालेली असेल तर काय करायचं?

वरील प्रक्रियाच करायची. फक्त माहितीचा पडताळा त्यासंबंधित बाहेरील व्यक्तीकडून करावा. जर जिवलग मंडळींच्या टीकेला बाहेरील व्यक्तीकडून दुजोरा मिळत असेल तर परिस्थिती हाताबाहेर जाण्याच्या बेतात आहे असे समजावे आणि कामाला लागावे. आपल्यावर जी काही टीका होत असेल, ती कधीही थांबवू नये. त्यामुळे आपल्याच सुधारणेचा मार्ग बंद होण्याचा संभव असतो.

## २. समर्थन करण्याऐवजी आत्मपरीक्षण करावे.

आता हा दुसरा रखवालदार. पहिल्या दरवाजावरून हाकलून दिल्यावर काहीजण दुसऱ्या दरवाजावर जातात. तसेच ह्या दरवाजावर टीका येऊन ठेपते; पण येथेही दणकट रखवालदार असतातच. त्यांच्याकडे समर्थनाचं शस्त्र असतं. काही रखवालदार आपलं हे शस्त्र वापरण्यात इतके पारंगत असतात की समोरच्या व्यक्तीला निरुत्तर करून टाकतात.

कित्येक लोकांना आपल्या वागण्याचं समर्थन करत राहाण्याची सवय असते.

आपण परत एकदा वरील उदाहरण घेऊन पाहूया. पहिल्या उदाहरणामध्ये आळशीपणावर टीका केलेली आहे. अशा वेळेस ही व्यक्ती सुरुवातीला मान्य करेल की आळशीपणा झाला; पण लगेच ती व्यक्ती आळशीपणाचं समर्थन करेल. त्या आळशीपणाला काहीतरी कारणं होती असं सांगेल. अमूक अमूक झालं म्हणून माझ्याकडून आळशीपणा झाला. ते जर झालं नसतं तर एरवी

आळशीपणा करत नाही आणि त्या अमूक अमूकला मी जबाबदार नाही असं म्हणत तुमच्या टीकेला टोलवून देईल.

कोणी रागीट स्वभावावर टीका केली, तर सुरुवातीला मान्य करेल, हो काल मला जरा जास्तच राग आला. पण त्याला कारण आहे, त्याने अमूक अमूक केलं म्हणून मला राग आला. त्याने जर तसं केलं नसतं तर मला राग आला नसता. एरवी मी एवढा रागीट नाही. कोणी राग येण्यासारखं केलं तरच मला राग येतो. एरवी मी रागीट माणसांसारखा कारणाशिवाय चिडत नाही.

कोणी काटकसरीवर टीका केली की ही व्यक्ती मान्य करेल की हो, बसच्या ऐवजी टॅक्सीने जाणं म्हणजे वायफळ खर्च करणं. पण काल माझ्या घरी पाहुणे येणार होते म्हणून मला टॅक्सीने जावं लागलं. एरवी मीच आमच्या घरात सगळ्यांना काटकसर करायला सांगत असते.

सांगायचं तात्पर्य काय की समर्थन केल्यामुळे टीका टोलवून दिली जाते. ती आपल्याला लागूच नाही असा पवित्रा घेतला जातो. त्यामुळे त्या टीकेची ज्याने दखल घ्यायला पाहिजे तो ती अजिबात घेत नाही. तसेच अशा टोलवून देण्यामुळे टीका करणारा नाराज होतो. त्याचा उद्देश चांगला असतो पण सफल न झाल्यामुळे तो असली टीका करणं बंद करतो. टीका बंद झाल्यामुळे असा देखावा निर्माण होतो की टीकेचा मुद्दा अस्तित्वात नाही; पण हे खोटं असतं. मुद्दा पूर्णपणे अस्तित्वात असतो. फक्त त्यावर इतर लोक वाच्यता करीत नाहीत; परंतु त्यामुळे भविष्यात वाद निर्माण होण्याची शक्यता बळावते.

आता ही टीका घेताना कशी घ्यावी, हा प्रश्न उपस्थित होतो. पहिल्याप्रथम आपण टीकाकाराचे आभार मानून आपले जे काही समर्थन आहे ते आपल्याजवळच ठेवावं. आपण फक्त दिलखुलासपणे त्या टीकेचं स्वागत करावं व टीकेमधील 'मुद्द्यांचा विचार केला जाईल' एवढंच म्हणावं.

त्यानंतर त्या मुद्द्यांचे आत्मपरीक्षण करावे. आत्मपरीक्षण करताना स्वतःच स्वतःला काही प्रश्न विचारून पाहावे.

टीकेचा प्रसंग खरंच अपवादात्मक होता, की वारंवार घडणारा होता?

आपल्यावर जर टीका झालेली असेल, तर तो प्रसंग सहसा अपवादात्मक असण्याची शक्यता फारच कमी असते. याचं कारण असं आहे की जोपर्यंत तो प्रसंग वारंवार घडत नाही, तोपर्यंत त्यावर सहसा कुणी वाच्यता करीत नाही. ज्याअर्थी त्यावर वाच्यता झाली, त्याअर्थी त्या व्यक्तीने तो प्रसंग नक्कीच कमीतकमी दोन वेळा अनुभवलेला किंवा पाहिलेला असण्याचीच शक्यता जास्ती असते. आता पटकन मनात विचार येईल की नेमक्या ह्या व्यक्तीसमोरच हा प्रसंग घडतो. एरवी तसा प्रसंग घडतच नाही हा विचार

समर्थन करणाराच आहे. असा विचार मनातून काढून टाकला पाहिजे. कारण टीका करणाऱ्या व्यक्तीने असा प्रसंग पाहिला म्हणून बोलून दाखवला. पण कित्येक वेळा त्या व्यक्तीच्या पश्चातही तसा प्रसंग घडत असेल; पण तुमच्या निदर्शनास आणून देण्याची कुणी तसदी घेत नसेल अशीही शक्यता असू शकते. त्यामुळे ह्या व्यक्तीने निदर्शनास आणून दिल्याबद्दल त्या व्यक्तीचे आभार मानले पाहिजेत.

आता टीकेच्या मुद्द्याबद्दल स्वत:ला प्रश्न विचारा.

माझं कोणतं वर्तन टीकेच्या मुद्द्याचं (आळशीपणा, रागीट स्वभाव, उधळेपणा वगैरे थोडक्यात तुमच्यावर जी काही टीका झालेली असेल तो मुद्दा) प्रतीक आहे?

एखादेवेळेस तुमचं एखादं वर्तन तशी छाप पाडत असण्याची शक्यताही असू शकते. एरवी खरोखरीच तुमच्यावर जी टीका झालेली आहे, ती चुकीची असू शकेल. म्हणजे तुम्ही खरोखरीच आळशी नसाल; पण तुमची एखादी कृती किंवा तुमच्या संभाषणाची भाषा तशी छाप पाडत असेल. तुम्ही खरोखरीच रागीट नसाल पण उत्साहाच्या भरात तुमची देहबोली अतिशय आक्रमक होत असेल किंवा तुमच्या संभाषणाची पद्धत आक्रमक होत असेल किंवा डोळे लाल होत असतील. पण हे सगळं रागामुळे नव्हे तर उत्साहाच्या भरात असू शकेल. तुम्ही उधळेपणा करत नसाल पण एखादेवेळेस तुमच्या भाषेत काहीतरी असेल की त्यामुळे तुमची अशी छाप पडत असेल. ह्याविषयी समर्थन न करता आत्मपरीक्षण करण्याची गरज आहे. क्वचित कुणाला आत्मपरीक्षण करण्यासाठी दुसऱ्या कुणाची मदत घ्यावी लागली तर जरूर घ्या. पण अशावेळेस एक धोका संभवतो तो असा की दुसऱ्या कुणाही समोर तुमच्या वर्तनाबाबतीत उल्लेख झाला की तुम्हाला तुमच्या वर्तनाचं समर्थन करण्याची इच्छा होईल. म्हणजे समजा तुम्ही आत्मपरीक्षणासाठी तुमच्या जवळच्या एका मित्राला विचारलं, "काय रे, मला खरं सांग, तुला मी रागीट वाटतो काय?"

"तसा तू रागीट नाहीस. पण कोणत्याही चर्चेमध्ये तू पटकन आवाज चढवतोस. तुझे हातवारे अतिशय आक्रमक होतात. मग आम्हाला सगळ्यांना वाटतं की तू चिडलास." तुमचा मित्र तुम्हाला प्रांजळपणे सांगतो.

येथेच धोक्याची घंटा सुरू होते. तुमची समर्थनाची सवय जागी होते आणि तुम्ही तुमचं गाडं पुढे ढकलता, "अरे, पण ती तर माझी लहानपणापासूनची सवय आहे. तुम्ही मला लहानपणापासून ओळखता. तरीदेखील तुम्हीही असा समज करून घेता आणि आत्तापर्यंत तुम्ही कोणीही मला बोलला नाहीत. मग कोणी

तिऱ्हाईत माणूस मला बोलला तर आता मी चिडू नको तर काय करू सांग?''

अशाप्रकारे आत्मपरीक्षण केलंत तर सगळं मुसळ केरात जाईल. आत्मपरीक्षणामध्ये जर तुम्ही कोणाचं मत घेतलंत तर तो माणूस जे काही मत देईल त्यावर काहीही प्रतिक्रिया न करता फक्त ''मत दिल्याबद्दल धन्यवाद'' एवढंच म्हणावं आणि वाटल्यास आणखी एक-दोघांना आपल्याबद्दल मत विचारावं. जर मूळ टीकाकाराच्या मताला पुष्टी मिळाली तर त्याचा अर्थ एवढाच की, आपल्या मनात एक असतं आणि समोरच्या व्यक्तीवर आपल्या वागण्याचा वेगळाच प्रभाव पडतो. हा प्रभाव आपल्याला मान्य असेल किंवा नसेलही. जर हे आपल्याला मान्य नसेल तर आता पुढचा प्रश्न विचारा.

ह्यात कोणता बदल केला की हा प्रभाव बदलून जाईल? किंवा आपल्याला आपल्या बद्दलचा कोणता प्रभाव आवडेल? त्यासाठी कसं वागावं?

ह्या प्रश्नावर शांतपणे विचार करावा. जरूर पडल्यास जवळच्या मित्रांची मदत घ्यावी; परंतु ह्यावेळेस धोक्याची मात्रा वाढलेली असेल. कारण मित्रमंडळी जो काही बदल सुचवतील तो तुमच्या स्वभावाच्या अगदी विरुद्ध असू शकतो. मग परत तुम्ही समर्थनाच्या गर्तेत अडकायची दाट शक्यता आहे. त्यांनी सुचविलेल्या बदलाबद्दल त्यांचे आभार मानायचे आणि हा बदल अमलात आणायचा प्रयत्न करण्याचं आश्वासन द्यायचं; परंतु तुम्ही जर मन:पूर्वक प्रयत्न करायला सुरुवात केलीत तर हीच मित्रमंडळी तुम्हाला मनापासून मदत करतील आणि अडचणीच्या ठिकाणी सांभाळून घेतील.

**३. ''म्हणजे माझीच चूक?''... ऐवजी टीकाकारांचीच मदत घ्यावी.**

आणखी पुढच्या दरवाजातून टीकेने शिरायचा प्रयत्न केला तर येथेही एक रखवालदार आपली वेगळीच शस्त्रं घेऊन उभाच आहे.

हा रखवालदार आक्रमकरीत्या असा पवित्रा घेतो की मी एवढ्या चांगल्या गोष्टी करून तुम्हाला माझीच चूक दिसली व त्यावर भाष्य करावंसं वाटलं. रखवालदाराच्या बंदुकीतून सुटलेली ही गोळी लागू पडली तर टीका करणाऱ्यालाच अपराधी वाटावं.

कित्येक लोकांना त्यांच्यावर टीका केलेली आवडत नाही. त्यांना त्यांचा काहीतरी कमीपणा निदर्शनास आणला असं वाटतं. त्या दोषाची तीव्रता कमी करण्यासाठी त्यांच्याकडे हे एक शस्त्र असते. आपला काहीतरी चांगुलपणा पुढे करून तो टीकेसमोर आणून प्रश्न विचारतात, ''मी एवढ्या चांगल्या गोष्टी करून शेवटी माझीच चूक?'' जो चांगुलपणा पुढे केलेला असतो, तो सहसा भूतकाळातील असतो.

क्षुल्लकशा कारणावरून बस कंडक्टरशी, टॅक्सीवाल्याशी किंवा रिक्षावाल्याशी भांडण झाल्यावर चिडलेल्या व्यक्तीला सांगितलं, "तुम्ही आवाज उगाचच चढवला. केवढा तमाशा झाला रस्त्यावर? जरा शांतपणे घेतलं असतं तर जास्त चांगलं झालं असतं. आपलाच वेळ वाचला असता."

लगेच हा रखवालदार आपल्या दरवाजात ठामपणे उभा राहातो व म्हणतो, "अरे वा! इकडे सकाळपासून संध्याकाळपर्यंत घरासाठी मरमर मरायचं आणि टॅक्सीवाल्याशी भांडण झाल्यावर शेवटी घरातली माणसं माझीच चूक दाखवतात."

हा रखवालदार आपल्या दाराची राखण करतो पण त्याच्या हे लक्षात येत नाही की आजुबाजूची मंडळी त्याला मदत करू इच्छिताहेत. ह्या मंडळींशी तो उगाचच वाकड्यात शिरतो आणि ही मदत नाकारतो.

आठवीतल्या मुलावर वडील मार्कासाठी दबाव आणतात. खरं म्हणजे त्यांची सहज बोललेली वाक्यं मुलावर दबाव आणत असतात. पाहुण्यांच्यासमोर बोलता बोलता वडील शेरा मारतात, "आमच्या रमेशने थोडा मन लावून अभ्यास केला असता तर त्याला दोन टक्के आणखी मार्क मिळाले असते पण त्याचं अभ्यासात लक्षचं नसतं. त्याचं क्रिकेटमध्ये जास्त लक्ष असतं." हा शेरासुद्धा रमेशच्या नाजूक मनावर दबाव आणतो. त्याच प्रगतीपुस्तक पाहून अभिनंदनाऐवजी वडिलांचा पहिला शेरा काय असतो तर "अगं, हे बघ फक्त बहात्तर टक्केच मिळाले आहेत ह्याला. जरा अभ्यासाकडे लक्ष दिलं असतं तर पंचाहत्तर टक्के मिळाले असते." असल्या सततच्या शेऱ्यांमुळे रमेशच्या मनावर विपरीत परिणाम होतो आणि दबावामुळे वार्षिक परीक्षेत खरोखरीच त्याला मार्क कमी मिळतात.

समजा, हे घरातील कोणी वडिलांच्या निदर्शनास आणून दिले, तर हा रखवालदार लगेच जागा होतो व छाती ताणून म्हणतो, "अरे वा! मुलाच्या चांगल्यासाठी करतोय तरी शेवटी माझीच चूक."

अशामुळे काय होतं, तर फक्त नुकसान होतं. ह्या रखवालदारामुळे टीका योग्य प्रकारे घेतली जात नाही. वडिलांची सवय तशीच राहाते. रमेशवर आणखी जास्त दबाव येत राहातो; पण कोणीही काहीही करू शकत नाही. येथे कोण चूक ह्यापेक्षा महत्त्वाचं आहे ते काय चूक आहे आणि जे काही चूक आहे ते पटकन सुधारले पाहिजे. परंतु ह्या रखवालदारामार्फत स्वत:चा अहं मध्ये येतो व परिस्थिती हाताबाहेर जाऊ शकते.

अशा परिस्थितीत उलट जे काही चुकीचे आहे ते सुधारण्याकरता आपल्या आजुबाजूच्या मंडळींची मदत घेता येऊ शकते. "हो, खरंच आवाज चढला आणि माझा तोलच गेला. पुढच्या वेळेस अशी परिस्थिती आली, की

शांत राहाण्यासाठी तू मला मदत कर.'' अशा पद्धतीने प्रश्न हाताळला तर ते जास्त उचित होऊ शकतं.

## ४. ''मला वाटलंच होतं''... ऐवजी टीकेबद्दल सकारात्मक दृष्टिकोन ठेवावा.

हा रखवालदार आधीच्या रखवालदारासारखाच वाटतो पण दोघांमध्ये थोडासा फरक आहे.

हा रखवालदार टीका सुरू व्हायची वाट बघतो व ती सुरू झाल्याबरोबर उपरोधाने वरील पवित्रा घेतो. शिवाय ह्या पवित्र्यामध्ये टीकाकाराच्या दृष्टिकोनावर झोड उठवलेली असते. तर ह्या आधी आपण जी चर्चा केलेली आहे, तेथे रखवालदार आक्रमकता दाखवून स्वतःच्या बचावासाठी स्वतःचा चांगुलपणा पुढे करतो.

बसकंडक्टरशी किंवा टॅक्सीवाल्याशी क्षुल्लकशा कारणावरून भांडण झाल्यावर चिडलेल्या व्यक्तीला असं सांगितलं, ''जरा शांतपणे घेतलं असतं तर जास्त चांगलं झालं असतं.''

तर लगेच ह्या दरवाजावरचा रखवालदार जागा होतो आणि म्हणतो, ''मला वाटलंच होतं की तू माझी चूक काढणार. माझी चूक काढण्याकडेच तुझा कल असतो. मला तर असं वाटतं, माझी चूक काढल्याशिवाय तुला बरं वाटत नाही. मी कसा बोलतोय ह्याकडे लक्ष देण्यापेक्षा मी काय बोलतोय ह्याकडे लक्ष दिलं असतं तर तू असं बोलला नसतास.''

हा रखवालदार यशस्वीपणे टीका रोखून ठेवतो, एवढेच नाही तर अनेक नवीन प्रश्नसुद्धा उपस्थित करतो. टीका करणाराच्या व्यक्तिमत्त्वावर ताशेरे ओढल्यामुळे वादविवाद होऊ शकतात. अतिशय चांगल्या हेतूने केलेली टीकासुद्धा ह्या दरवाजातून आत जाऊ शकत नाही. त्यामुळे शेवटी स्वतःच्याच प्रगतीचे मार्ग हळूहळू बंद केले जातात.

ह्याकरता टीकेकडे बघण्याचा सकारात्मक दृष्टिकोन आपल्याला विकसित करायला पाहिजे.

## ५. अबोल्याऐवजी चर्चा चालू ठेवावी.

हा एक जबरदस्त रखवालदार आहे. ह्याच्याकडे जे शस्त्र आहे त्यामुळे भलेभले हतबल होतात.

काही जण ही युक्ती वापरतात. त्यांच्यावर थोडी जरी टीका झाली की मग ज्यांनी टीका केली त्या व्यक्तीशी अबोला. ह्याची उदाहरणं, तुम्हाला कित्येक

सहकारी सोसायटीमध्ये दिसतील. एका बिल्डिंगमध्ये पाचव्या मजल्यावर एक बिऱ्हाड राहात होते. त्यांच्या बाल्कनीमध्ये त्यांनी बरीच फुलझाडे लावली होती. त्यांचा त्या झाडांना रोज सकाळी पाणी घालण्याचा कार्यक्रम असायचा. झाडांना घातलेलं पाणी कुंडीमधून झिरपून खाली सांडायचं. त्यामुळे बिल्डिंगचा रंग खराब होत होता आणि खाली रहिवाशांच्या गाड्यांवर पाणी सांडायचे व त्यामुळे तेही नाराज व्हायचे. एकाने त्यांना घरी जाऊन सांगितलं, की पाणी टाकताना त्यांनी काळजी घ्यावी. झालं, त्या दिवसापासून त्या माणसाशी त्यांनी पूर्णपणे कट्टीच केली.

अशी अनेक उदाहरणं आपापल्या ऑफीसमध्येही मिळू शकतात. एवढंच काय पण आपल्या घरातही तेच होताना दिसेल. विशेषत: नवरा-बायकोमध्ये एखाद्या मतभेदावरून अबोला धरला जातो.

अबोल्यामुळे काय साधतं? काहीही नाही. आपण संभाषणाचा मार्ग बंद करतो. संभाषणामुळे दोन व्यक्तींमध्ये आपापल्या मतांची देवाणघेवाण होते. देवाणघेवाण बंद केली तर समस्या सुटणार कशा? देवाणघेवाण ही दळणवळणासारखी असते. त्याचे मार्गच बंद केले तर माणूस प्रगती कसा करेल? म्हणूनच आपल्यात मतभेद असले तरीही देवाणघेवाण बंद होता कामा नये. एखाद्या समस्येवर रस्ता रोको आंदोलन केलं; पण ते बेमुदत चालूच ठेवलं तर त्यातून अनेक समस्या निर्माण होतील. त्याचप्रमाणे आपण आपापसात अबोला धरला तर त्यामध्ये फक्त वेळ वाया जाऊन गैरसमजाच्या अनेक समस्या निर्माण होतील. म्हणूनच *चार शब्द द्यावे, चार शब्द घ्यावे*. हा अबोल्याचा रखवालदार अतिशय धोकादायक आहे. ह्याला तुमच्या राजवाड्याच्या दरवाजावर थारा देऊ नका.

## ६. "वड्याचं तेल वांग्यावर" ... ऐवजी व्यावहारिक दृष्टिकोन ठेवावा.

हा रखवालदार थोडासा कमकुवत वाटतो. जेव्हा टीका ह्या दरवाजातून शिरायला लागते, तेव्हा ह्याला काही बोलता येत नाही पण मग तो दुसरीकडे आपला मोर्चा वळवतो व तेथे आवाज चढवतो.

कित्येकवेळा आपण वरील म्हण खरी करत असतो. कोणीतरी आपल्यावर टीका करतो. आपल्याला ते आवडत नाही मग त्याचा राग आपण दुसऱ्या कशावर किंवा दुसऱ्या कोणावर तरी काढतो.

ह्यामुळे टीकाकाराच्या मुद्द्यांकडे पूर्णपणे दुर्लक्ष होतं. जर ती टीका खरोखरीच योग्य असेल तर दुर्लक्ष केल्याने आपलीच प्रगती खुंटते. ती टीका

आपण जर अयोग्य समजत असू तर त्याचे परीक्षण आणि विश्लेषण करून आपल्या मताची शहानिशा करणं राहून जातं. दोन्ही विकल्प आपल्याला फायदेशीर होत नाहीत.

### ७. ''हो ला हो'' ... ऐवजी प्रामाणिकपणा दाखवावा.

ह्या दरवाजावरच्या रखवालदाराची पद्धत काही वेगळीच आहे. पण ह्या पद्धतीने आपल्यावर होणारी टीका सहजपणे वादविवाद न होता परतवून लावता येते. जी काही टीका होत असेल ती पटकन मान्य करायची. टीका करणाराला वाटतं की आपली टीका पोहोचली व तो लगेच काढता पाय घेतो. तो गेल्यानंतर ती टीका फक्त एका कानाने ऐकून दुसऱ्या कानाने सोडून दिलेली असते.

आपल्यावर झालेल्या टीकेला टोलवून देण्याचा आणखी एक मार्ग म्हणजे कोणी टीका केली की लगेच हो ला हो करायचं. त्यामुळे वाद होत नाहीत व उपदेशाचं सत्र लवकर संपतं; परंतु ह्यामुळे आपण आपल्याच मार्गात अडथळे उपस्थित करत असतो.

### ८. विनोद करून वेळ मारून नेण्याऐवजी टीका करणाऱ्याची कळकळ पाहा.

हा रखवालदार विनोदी आहे. कोणीही कसलीही टीका करो, त्यावर ह्याची प्रतिक्रिया विनोदी असते. बहुधा विनोद इतका जबरदस्त असतो की ह्या दरवाजातून टीका शिरणे म्हणजे कठीण काम. त्यामुळे टीकाकार आपला मुद्दा सोडून देतो. कधीकधी विसरूनही जातो. ह्या रखवालदाराला हेच पाहिजे असतं.

चला, आपण हा मुद्दा एका उदाहरणाने समजून घेऊया.

खूप वर्षांपूर्वीची गोष्ट आहे, मी एका औषधनिर्मितीच्या कारखान्यात नोकरीला होतो. त्यावेळी वीजकपातीचे दिवस होते. कारखान्यात ४० ते ५० टक्के वीज कपात होती. त्यामुळे ज्या खात्यात चार वातानुकूलित यंत्रं होती, त्यातील फक्त दोन चालू ठेवायची. ज्या ठिकाणी चार ट्युबलाइट असतील तेथे फक्त दोन ट्यूब चालू ठेवायच्या असा प्रकार चालू होता. कारखान्याच्या एका बिल्डिंगमध्ये एक बोळ (ण्दिग्दे) होता व त्याच्या दुतर्फा वेगवेगळी खाती होती. बोळाचं एक टोक बिल्डिंगच्या बाहेर उघडत होतं. त्यामुळे तिथून दिवसाचा भरपूर उजेड शिरत होता. त्या उजेडाचा अंदाज घेऊन अधिकाऱ्याने बोळातले सगळे दिवे दिवसा बंद करण्याची व्यवस्था केली होती; परंतु त्यामुळे एक विचित्र प्रसंग घडला. एक महिला कर्मचारी त्यामुळे अतिशय चिडली व त्या अधिकाऱ्याकडे तक्रार करायला गेली; परंतु त्याने एक अस्खलित विनोद

करून ती तक्रार परतवून लावली.

त्याचं असं झालं की दुपारची वेळ होती. ती महिला कर्मचारी त्या बोळातून चालली होती. पलीकडून एक मोठे साहेब आले ते त्यांच्या खात्यामध्ये जाण्यासाठी शिरले होते. ते बाहेरच्या बाजूने आले होते. दुपारच्या उन्हातून अंधाऱ्या बोळात शिरल्यामुळे त्यांना समोरून येणारी महिला कर्मचारी दिसली नाही; परंतु त्या महिलेला ते साहेब दिसले. कारण त्यांच्या पलीकडे दिवसाचा उजेड होता. त्या उजेडातल्या आकृतीवरून तिने कोण व्यक्ती आहे, तेही ओळखले. साहेबच समोरून आल्यामुळे तिने स्मित करून हस्तांदोलन करण्यासाठी हात पुढे केला. त्यांना ह्यातील काहीच दिसले नाही व ते तसेच पुढे निघून गेले. ह्या बाईला ते अतिशय अपमानास्पद वाटले व ती तक्रार करण्यासाठी अधिकाऱ्याकडे गेली. बोळातले लाईट बंद केल्यामुळे बाहेरून बोळात शिरणाऱ्याला बोळातले काही दिसत नाही व त्यामुळे बोळातले सगळे लाईट बंद करणे बरोबर नाही असे थेट सांगण्याच्या ऐवजी तिने रागारागात काय प्रसंग झाला ते सांगायला सुरुवात केली. सगळ्यांच्या देखत ती चढ्या आवाजात म्हणाली, "अहो तुम्हाला काही वाटतं की नाही? बोळात एवढा अंधार आहे, समोरून साहेब येत होते, मी त्यांना हस्तांदोलन करायला हात पुढे केला, पण त्यांना तो दिसलाच नाही."

एवढे म्हणून झाल्यावर त्या अधिकाऱ्याला समजले, ही बाई कोणत्या गोष्टीची तक्रार करते आहे. त्यांनी लगेच तिचं म्हणणं तोडलं आणि एक विनोदी प्रश्न विचारला, "बाई, मग तुमच्या हातात काऽऽय आलं?"

असे ऐकल्यावर संपूर्ण खात्यामध्ये एकदम हशा पिकला व सगळेजण त्या महिलेकडे हसत बघायला लागले. ती आणखीनच चिडली आणि निघून गेली. तक्रार झटक्यासरशी बाजूला सारली गेली.

विनोद हे एक प्रभावी हत्यार आहे; पण आपल्यावर जेव्हा टीका होत असते ती आपल्या भल्यासाठीच होत असते. त्यामुळे ती जर झटकून टाकली तर आपलंच नुकसान होईल. त्यामुळे टीकेच्या मागची कळकळ समजून घ्यावी व उगाचच विनोद करू नये.

## ९. कायम शत्रुबुद्धी ठेवण्यापेक्षा सकारात्मक दृष्टिकोन ठेवावा.

ह्या दरवाजावर जो रखवालदार आहे त्याची दृष्टी कायम वक्र असते. खरं म्हणजे वक्र दृष्टी हे त्याचं मोठं हत्यार आहे. कोणीही कसलीही टीका करो, ती कितीही शास्त्रशुद्ध पद्धतीने केलेली असो, हा माणूस त्यात फक्त खोट काढणार. त्याची टिंगलटवाळी करणार, त्याविषयी उपरोधिक बोलणार. टीका

परतवून लावण्याची ही पद्धत वापरणार.

ही पद्धत म्हणजे जणू काही शत्रुबुद्धीच असते. काही नाती अशी असतात की त्यामध्ये ही शत्रुबुद्धी अगदी प्रकर्षाने दिसते. उदाहरणार्थ सासू आणि सून किंवा सावत्र आईवडील किंवा सावत्र भाऊबहीण वगैरे वगैरे.

माझ्या पाहाण्यात अनेक घरं आहेत, की जेथे सासवासुनांमध्ये शत्रुबुद्धी इतकी प्रकर्षाने जाणवते, की काही विचारायलाच नको. सासूने म्हटले साखर कमी खा की त्याविषयी सून उपरोधिक उद्‌गार काढून मुद्दाम गोड पदार्थ करणार. घरात चांगलं वातावरण आहे की नाही ह्याकडे संपूर्ण दुर्लक्ष. पण आपल्यावर जी काही टीका होते त्याच्या विरुद्ध वागायचं हेच ब्रीद. सासूने नातवाला चॉकलेट खायला मनाई केली की सूनबाई मुद्दाम चॉकलेट देणार. मुलांना चांगलं वळण लागतं की नाही ह्याकडे संपूर्ण दुर्लक्ष पण सासूने म्हटल्याच्या विरुद्धच वागायचं. पण असल्या शत्रुबुद्धीमुळे शेवटी आपलंच नुकसान होतं. कोणत्याही नात्यात जर शत्रुबुद्धी ठेवली तर कोणतीही टीका कचऱ्याच्या टोपलीत जाण्याचा संभव जास्त असतो; परंतु असल्या वागण्यामुळे टीकाकाराचं नुकसान होत नाही तर आपलंच नुकसान होतं. त्यामुळे सकारात्मक दृष्टिकोन ठेवून टीकेमध्ये किती तथ्य आहे हे पडताळून पाहिलेले बरे.

### १०. आपल्यावरच्या वैयक्तिक टीकेचं सामाजिक प्रश्नामध्ये रूपांतर करण्यापेक्षा त्यावर वैयक्तिक स्वरूपातच कृती करून पाहावी.

हा एक वेगळाच रखवालदार आहे. हा आपला दरवाजा इतका काटेकोरपणे सांभाळतो की इथून टीका शिरणे म्हणजे एक महाकर्मच आहे.

हा रखवालदार कोणत्याही टीकेचं सरसकट सामाजिक प्रश्नामध्ये रूपांतर करून मोकळा होतो.

> उदाहरणार्थ, समजा कोणी टीका केली, ''तू नेहमी उशिरा येतोस.''
>
> तर हा लगेच म्हणणार, ''आमच्या येथे राहाणारे सगळेच उशिरा येतात, आम्हाला वाहनच उपलब्ध नाही.''

पाहिलंत, लगेच सामाजिक प्रश्नामध्ये कसं रूपांतर केलं ते? आता ह्यामुळे ह्या माणसाला वक्तशीरपणा अंगात आणायची काही गरज नाही. कारण ह्याने वैयक्तिक टीकेचे सामाजिकीरण केले.

> समजा, कोणी टीका केली, ''अरे, तुला गणितात कमी मार्क मिळाले.''
>
> ह्याचं उत्तर, ''पेपरच कठीण होता, त्यामुळे सगळ्यांनाच कमी मार्क

मिळाले. पहिल्या नंबरच्या मुलालासुद्धा कमीच मिळाले.''

आता ह्याला गणित सुधारायला काही प्रयत्न करायची गरज नाही. कारण सगळ्यांनाच कमी मार्क मिळाले.

अशाप्रकारे वैयक्तिक टीकेचे सामाजिकीकरण केल्याने प्रसंग टळून जाईल. पण प्रश्न सुटणार नाही. त्यामुळे वैयक्तिक टीका वैयक्तिकच ठेवलेली बरी. त्यावर कृती वैयक्तिकरीत्याच व्हायला हवी. त्यातच आपला फायदा आहे. ∎

भाग : तिसरा

# चार शब्दांची देवाण घेवाण करताना

चार शब्द देताना आणि चार शब्द घेताना काय काळजी घ्यावी, असं जरी वेगवेगळं मांडलेलं असलं तरी प्रत्यक्ष आयुष्यात शब्दांची देवाण घेवाण चालू असते. त्यामुळे आपण एका क्षणात शब्द देणारे असतो, तर पुढच्या क्षणी घेणारे असतो. ही प्रक्रिया अखंड चालू असते. त्यामुळे वरील दोन्ही भागातील सूचना एकत्रितपणे अमलात आणायला हव्या, हे लक्षात असलेले बरे.

## १. घरात देवाण घेवाण करताना

घर हे आनंदाने भरलेलं असावं. तेथे मायेचा ओलावा असावा असे म्हणतात; पण कित्येकदा चित्र नेमकं उलटं दिसतं. तेथे मायेपेक्षा तेढ जास्त दिसते. बहुधा ह्याचं मुख्य कारण म्हणजे शब्दांची देवाणघेवाण करताना आपण जी काळजी घ्यायला पाहिजे ती घेत नाही.

आता हा प्रसंग पहा.

नवरा अपेक्षा करतो की बायकोने घरातही नीटनेटकं राहायला पाहिजे; परंतु बायकोच्या हे काही लक्षात येत नाही. सकाळी उठल्यापासून बायकोला इतकी कामं असतात की आपल्या व्यक्तिमत्त्वाकडे लक्ष द्यायला वेळ नसतो. नवरा हे समजून घेतो व आपल्या अपेक्षेमध्ये बदल करतो. त्याला वाटतं निदान सकाळी उठल्यावर बायकोने केसांवर कंगवा फिरवावा. एवढं जरी केलं तरी बायको चांगली दिसेल. परंतु सकाळी उठल्यावर तो बघतो तर बायकोच्या झिंज्या उभारलेल्या असतात आणि ती घरात तशीच वावरत असते हे पाहून तो म्हणतो,

नवरा : (वैतागलेल्या स्वरात) अगं, काय तुझ्या ह्या झिंज्या झालेल्या आहेत. कसं ध्यान दिसतंय बघ आरशात.

तुला कोणी नीटनेटकं राहायला शिकवलं नाही का?

बायको : (सकाळी सकाळी असं काही ऐकल्याबरोबर बायकोचाही पारा चढतो. ही बायको शहरी आहे व तिला घरातील अनेक कामं संपवून नवऱ्याच्या बरोबर बाहेर पडायचे आहे. आपल्यावर झालेली टीका ती एका झटक्यात उडवून लावते) हे बघ माझं वळण काढायची काही गरज नाही. तू आणि तुझ्या घरातल्यांवर काय मोठे संस्कार आहेत हे तुला माहीत नाही, पण जग काय म्हणतं त्याकडे जरा लक्ष दे. मला ध्यान म्हणतोस आणि तू मोठा राजबिंडा समजतोस काय स्वतःला? मी जर सकाळी आरशासमोर बसून राहिले तर घरात स्वयंपाक होणार नाही.

नवरा : (चिडून) हे बघ तू स्वयंपाक केला नाही, तर घरातले सगळे काही उपाशी राहाणार नाही. तू घरात यायच्या आधीही कोणीतरी स्वयंपाक करतच होतं.

बायको : (लगेच त्याला तोडून) तेच तर म्हणतेय मी. आता मी आलेय तर सगळे झोपा काढतात. तुमच्याकडचं वळण हेच आहे वाटतं?

नवरा : (संतापून) उगाचच माझ्या घरातल्यांना नाव ठेवू नको हं.

बायको : का? आता का झोंबलं कानाला? आणि माझं तोंड थांबवशील रे, पण बाहेरच्यांचं तोंड कसं थांबवणार?

नवरा : बाहेरचे कोण आणि काय बोलतात सांग पाहू. आज आम्ही पंचवीस वर्षं राहात आहोत इथं. आमचे सगळ्यांशी चांगले संबंध आहेत. कोणी काही बोललेलं आम्हाला माहीत नाही.

बायको : तुमच्याकडे बोलणारच नाही पण माझ्याकडे बोलतात. काय तुझी ती बहीण! गावभर भटकत असते. भटकभवानी म्हणतात तिला. तिचं घर अस्ताव्यस्त असतं आणि मला आत्ता बोलायला लावू नकोस. माझ्याकडे वेळ नाहीय. एक तर माझा सगळा मूड घालवून टाकलास. आता सगळा दिवस बेकार जाणार. माझ्याशी एक अक्षरही बोलू नकोस.

पाहिलंत, किती छोटी गोष्ट. पण त्यातून कसा वाद निर्माण झाला. आता टीकेची ही जी देवाण घेवाण झाली ती काही क्षणात झाली आणि त्यातून वेगळाच वाद उपटला. टीकेची देवाण घेवाण करताना दोघांनीही जे नियम पाळायला हवे होते ते पाळले नाहीत.

संभाषणाची सुरुवात नवऱ्याने केली आणि सुरुवातीलाच *चार शब्द देताना* च्या नियमांचं उल्लंघन झालं. आपण पहिल्या भागामध्ये पाहिलंच आहे की

संभाषण हे टीकात्मक न ठेवता वर्णनात्मक ठेवावं. टीका अपरिहार्य असल्यास तिला कोणतेही विशेषण न लावता करावी व सकारात्मक करावी; परंतु नवऱ्याचे संभाषण सुरुवात केली ते संभाषण परत पाहूया.

"अगं, काय तुझ्या ह्या झिंज्या झालेल्या आहेत. कसं ध्यान दिसतंय बघ आरशात. तुला कोणी नीटनेटकं राहायला शिकवलं नाही का?"

हे संभाषण टीकात्मक आहे. झिंज्या ह्या शब्दामुळे संभाषण पूर्णपणे टीकात्मक झालं. नुसते एवढंच नाही तर तिला त्याने ध्यान असे संबोधलं. हा शब्द म्हणजे त्या व्यक्तीला विशेषण लावलं. त्यानंतर नीटनेटकं राहायला शिकवलं नाही काय? असं विचारलं. हे विचारणं सकारात्मक नाही. ह्याचा अप्रत्यक्षपणे अर्थ असाही होतो की आईवडिलांनी तुला नीट वळण लावलेलं नाही. आता अशी टीका केल्यावर जर समोरची व्यक्ती हे नकारात्मक शब्द नीटपणे झेलणारी नसेल, तर पंचाइत होईल व टीकेचा हेतू सफल होणार नाही.

ही टीका बायकोला नीट हाताळायची असेल तर *चार शब्द घेताना* चे काही नियम आहेत ते बायकोने पाळायला हवे होते. त्यातले महत्त्वाचे नियम म्हणजे आपल्यावर झालेली टीका एकदम धुडकावून लावू नये. समर्थन करू नये. वड्याचं तेल वांग्यावर काढू नये. त्याऐवजी टीकेची जबाबदारी घ्यावी. आत्मपरीक्षण करावे. नकारात्मक शब्द बाजूला ठेवून नीट समजून घेण्यासाठी काही प्रश्न विचारावे, परंतु बायकोने काय केले ते पाहूया.

"हे बघ माझं वळण काढायची काही गरज नाही. तू आणि तुझ्या घरातल्यांवर काय मोठे संस्कार आहेत हे तुला माहीत नाही, पण जग काय म्हणतं त्याकडे जरा लक्ष दे. मला ध्यान म्हणतोस आणि तू मोठा राजबिंडा समजतोस काय स्वत:ला? मी जर सकाळी आरशासमोर बसून राहिले तर घरात स्वयंपाक होणार नाही."

तिचं संभाषण हा तर प्रतिहल्लाच होता. तिने टीका नुसतीच धुडकावून लावली नाही तर प्रतिहल्लाच केला. धिहम ेूप ेू्हिम. प्रतिहल्ला हाच सगळ्यांत चांगला संरक्षक उपाय आहे. स्वत:वर होणाऱ्या टीकेपासून जर संरक्षण करायचं असेल, तर समोरच्या व्यक्तीवर प्रतिहल्लाच करावा हा समज चुकीचा आहे. जे करू नये तेच बायकोने केले ह्याचं कारण असं आहे, की सर्वसाधारणपणे नकारात्मक टीका केलेली कोणालाही आवडत नाही.

बायकोची सुरुवातच किती प्रखर आहे पहा, "माझं वळण काढायची काही गरज नाही तू आणि तुझ्या घरातले सगळे ह्यांच्यावर काय मोठे संस्कार आहेत?" ह्या वाक्यामुळे स्वत:वर झालेली टीका सपशेल धुडकवली गेली. त्यानंतर तू मोठा राजबिंडा असे म्हणून आणखी एक प्रतिहल्ला केला आणि

त्यानंतर मी कंगवा का फिरवत नाही ह्याचं समर्थन करण्यासाठी मी जर सकाळी आरशासमोर बसून राहिले तर घरात स्वयंपाक होणार नाही हे वाक्य फेकून दिले.

*"चार शब्द घेताना"* ज्या ज्या गोष्टी करू नये असं म्हटलेलं आहे, त्या सगळ्या गोष्टी केल्या गेल्या. ह्यामुळे *चार शब्द* नीट तर घेतले गेलेच नाही; पण नवीन वादाला तोंड फुटलं. असल्या वादामुळे फक्त वेळ फुकट जातो व काही विधायक काम होत नाही.

बायकोच्या ह्या प्रतिक्रियेमुळे नवऱ्याचा अहंकार दुखावला. खरं म्हणजे ह्या क्षणी तो *चार शब्द घेणाऱ्या* च्या भूमिकेत होता. अशावेळी त्याने वरील नियमाचे पालन करायला हवं होतं. टीका धुडकावून लावू नये. समर्थन करू नये. प्रतिहल्ला करू नये. जबाबदारी घ्यावी व समजून घेण्याकरता प्रश्न विचारावे. परंतु त्याने काय केले?

"हे बघ तू स्वयंपाक केला नाही, तर घरातले सगळे काही उपाशी राहाणार नाही. तू घरात यायच्या आधीही कोणीतरी स्वयंपाक करतच होतं."

नवऱ्याने आपल्या मुद्द्याचे समर्थनच केले व बायकोला शालजोडीतला टोला मारला आणि त्याचा घाव वर्मी लागला. बायकोचा अहंकार अतिशय दुखावला गेला. तिने लगेच त्याला तोडून एक नवीनच वाद उपस्थित केला. शब्दाला शब्द वाढत गेले; पण शेवटी कोणाचाच हेतू सफल झाला नाही. हे शब्द म्हणजे वायफळ हवेत कंपने काढणे होय. त्यामुळे कोणालाही काहीही सकारात्मक उपयोग होत नाही. फक्त वेळ वाया जातो आणि नातेसंबंध खराब होतात.

ह्याकरताच शब्दांची देवाणघेवाण करताना काही नियम पाळलेले बरे; परंतु त्यानंतर प्रश्न असा उभा राहातो की हे नियम पाळायची जबाबदारी कुणाची? ह्याचं उत्तर असं की निश्चितपणे संभाषण सुरू करणाराची. पण त्याला जर नियम माहीत नसतील तर काय करायचं? अशावेळी ज्याला उद्देशून संभाषण सुरू केले आहे त्याची, वरील प्रसंगात निश्चितपणे पहिली जबाबदारी नवऱ्याची होती. त्याने जर नियम पाळले असते तर संभाषणाची दिशा बदलली असती. दुसरी जबाबदारी बायकोची होती. जर नवऱ्याला नियम माहीत नसतील किंवा अनवधानाने त्याच्याकडून त्या नियमाचे उल्लंघन झाले तर बायकोने तेथे सावरून घ्यायलाही हरकत नव्हती.

नवऱ्याला जर नियम पाळायचे असतील त्याने संभाषण कसं ठेवायला पाहिजे, हे आपण पाहूया.

नवरा : (प्रेमाने) तुझे केस बरेच विस्कटलेले दिसताहेत, जरा कंगवा

फिरवलास तर चांगली दिसशील.

आता ह्या वाक्याचा भावार्थ आणि शब्दार्थ दोन्ही सारखेच असणे जरुरीचे आहे. त्यामुळे नवरा कोणत्या स्वरात बोलतो ह्यालाही महत्त्व आहे; पण तो हे वाक्य जर खरोखरच्या प्रेमाने बोलला तर पुढचा वादाचा प्रसंग टळू शकतो. कोणत्याही स्त्रीला "तू अमूक अमूक केलेस तर चांगली दिसशील." असे म्हटलेले आवडते. ही सकारात्मक टीका झाली आणि "आरशात बघ काय ध्यान दिसतंय" ही नकारात्मक टीका झाली. सहसा नकारात्मक टीका यशस्वी होत नाही. जर झाली तर त्यात श्रेय समोरच्या व्यक्तीचं असतं.

आपल्याला समोरच्या व्यक्तीने काय करायला पाहिजे, हे जर थेट सांगितलं आणि त्याचे चांगले परिणाम कोणते होणार आहेत हे जर सांगितलं तर ती व्यक्ती ते ऐकण्याची जास्त शक्यता असते. मी फक्त शक्यता असंच म्हणतो आहे. क्वचित कोणाला असेही अनुभव असतील, की अगदी नियमांचं पालन करून थेट सांगितलेल्या गोष्टीही काहीजणांनी ऐकल्या नाहीत. परंतु मी येथे फक्त घरातल्या व्यक्तींसंदर्भात बोलतो आहे. घरात सहसा असे होणार नाही आणि यदाकदाचित झाले तर नियम नंबर सहा वाचा. त्यात म्हटलेलं आहे की टीकेमध्ये सातत्य हवं. तुम्ही जर सातत्याने तुमच्या म्हणण्याचा पाठपुरावा केलात, तर लवकरच तुमची टीका यशस्वी होईल.

आता आपण पाहूया, बायकोला काय करता आलं असतं. नवऱ्याने जरी नियमांचं उल्लंघन केलं तरी बायकोला *ते चार शब्द घेताना* नियम वापरता आले असते. समर्थन न करता जबाबदारी घ्यायची म्हणजेच जी काही टीका झाली त्याची जबाबदारी स्वतःवर घ्यायची. खरोखरीच केस जर विंचरले असते तर अशी वेळच आली नसती. आता ह्या टीकेमधील नकारात्मक शब्दांकडे दुर्लक्ष करून त्यात काही तथ्य आहे का एवढंच पाहायचं. तसे जर तथ्य मिळाले तर त्याबद्दल आपल्याला काही करता येईल का, एवढाच विचार करायचा. नवऱ्याच्या त्या तिखट वाक्यामध्ये तथ्य एवढंच आहे की केस विंचरलेले नाहीत त्यामुळे आपण खराब दिसतो आहोत आणि नवऱ्याला ते आवडलेलं नाही. पण आत्ता हातात काम असल्यामुळे ते थांबवून केस विंचरायला जाऊ शकत नाही. मग एवढ्यावरच भाष्य केलेले बरं.

"अरे हो. कामामध्ये लक्षात नाही आलं. पण आत्ता मला काम थांबवून केस विंचरायला जाता येणार नाही, त्यामुळे मी एकतर हातातील काम संपल्यावर जाईन किंवा मला तू आत्ता कंगवा आणून दे किंवा एक उत्तम उपाय सुचवते. आजचा दिवस जाऊदे. मी उद्यापासून

सकाळी उठल्याबरोबर केस चांगले विंचरीन."

एवढं जरी संभाषण केलं असतं तरी पुढचा वाद आपोआप टळला असता. परंतु तसं झालं नाही. एवढंच नाही तर संध्याकाळी ऑफिसमधून आल्यावर चहा घेताना नवरा सहज म्हणाला, "तू सकाळी माझ्यावर चिडली होतीस ना?"

एवढं म्हटल्याबरोबर बायकोचा पारा परत चढला व ती चिडक्या स्वरात म्हणाली,

"कुठे??? मी कुठे चिडले होते आणि तू काय शांत होतास का सकाळी?"

नवरा : होय, मी तर शांतच होतो.

बायको : कुठे? चांगला चिडलेला होतास. तू कसाही बोललास तरी शांतपणे बोलतोस असं वाटतं म्हणून नाहीतर तूही चांगलाच चिडलेला होतास आणि तुला नेहमीच बरी मीच चिडलेली दिसते?

नवरा : चिडतेस म्हणून दिसते.

बायको : हे सारखं असंच बोललं की मग मला खरोखरीच राग येतो हं. आणि तू चिडायला लावण्यासारखं वागतोस, बोलतोस ते कुठेच गेलं. आता हेही म्हणशील की ह्या सगळ्या प्रसंगात माझीच चूक होती. म्हणजे तू हात वर करायला मोकळा. म्हणजे एवढं सगळं झालं आणि त्यात माझीच चूक. शी:, माझा दिवस तर बिघडवून टाकलासच पण संध्याकाळही खराब केलीस. एक अक्षरही माझ्याशी बोलू नकोस आता.

परत शब्दाला शब्द वाढत गेला आणि रंगाचा बेरंग झाला. आता ह्यामध्ये चूक कोणाची? नवऱ्याची का बायकोची हा प्रश्न महत्त्वाचा नाही. महत्त्वाचा मुद्दा असा आहे की हा प्रसंग दोघांनाही टाळता आला असता व सुसंवाद साधता आला असता.

नवऱ्याने संभाषणाला सुरुवात केली त्यावेळेस त्याने शब्द देतानाच्या नियमांचं उल्लंघन केलं आणि जे शब्द बायकोने ऐकले त्यावेळी शब्द घेतानाच्या नियमांचं उल्लंघन करून प्रतिहल्ला चढवला. जे सकाळी झालं तेच संध्याकाळीही झालं. फक्त काळ, वेळ आणि शब्द वेगळे होते. दोघांनीही आपापल्या सवयीप्रमाणे शब्दांची देवाण घेवाण केली; परंतु गंमत अशी आहे की सुरुवातीलाच जर आपण थोडे नियम पाळले तर संपूर्ण संभाषण वेगळ्या दिशेला जाऊ शकतं.

आता आपण संध्याकाळचा प्रसंग परत एकदा पाहूया.

नवऱ्याने संभाषणाला सुरुवात कशी केली आहे ते पहा ''काय तू सकाळी माझ्यावर चिडली होतीस नाही?''

संभाषण सुरुवात करताना अतिशय काळजी घ्यायला पाहिजे, कारण वाद होणार की सुसंवाद होणार हे सर्वस्वी त्यावरच अवलंबून असते. जेव्हा आपण एखाद्याकडे दोषी म्हणून बोट दाखवतो त्यावेळी बाकीची चार बोटं आपल्याकडे फिरलेली असतात. ''तू चिडलीस'' हा पवित्रा बोट दाखवण्याचा आहे. शिवाय ''चिडली'' हा शब्द टीकात्मक आहे. हे संभाषण जर समोरच्या व्यक्तीला पेलवलं आणि त्याने सुसंवाद निर्माण केला तर त्याचा मोठेपणा. पण जर तसं झालं नाही तर समोरची व्यक्ती उरलेली चार बोटं तुमच्या दिशेला आहेत हे दाखवून देण्याचा प्रयत्न करणार आणि वरील प्रसंगात नेमकं तेच झालं. बायकोने काय करायला हवं होतं हे आपण नंतर पाहू. पण आत्ता नवऱ्याला काय करता आलं असतं ह्याचाच विचार करू.

समजा, नवऱ्याने अशी सुरुवात केली असती, ''सकाळी आपण दोघेही कसे भांडलो नाही? मी केस विंचरायला सांगितले म्हणून तू चिडलीस की काय माझ्यावर?''

तर त्यावर कोणती प्रतिक्रिया मिळाली असती? सहसा बायको असंच बोलली असती, ''नाही रे, तू केस विंचरायला सांगितले म्हणून चिडले नाही पण तू काय वाट्टेल ते बोललास. झिंज्या दिसताहेत, ध्यान दिसतंय आणि माझ्या आईवडिलांनी मला काय वळण लावलंय ह्यावर बोललास म्हणून चिडले.''

नवरा : अग मला पण तसं बोलायचं नव्हतं ग. मला तू छान दिसलेली आवडतेस.

बायको : हो, पण तू हे कुठे बोललास? तू झिंज्या, ध्यान वगैरे असलं काहीच्याबाही बोलत होतास. तू जर थेट सांगितलं असतंस की अगं केस विंचर. छान दिसशील, तर एखादेवेळेस मी चिडले नसते.

बऱ्याच वेळा आपल्याला जे पाहिजे ते थेट सांगितलं, मनात राग न आणता सांगितलं, त्याला काही विशेषण न लावता सांगितलं तर चट्दिशी काम होतं. हे तत्त्व तुम्ही घरात वापरा. बाहेर वापरा. रस्त्यावर वापरा. व्यवसायात वापरा. नाहीतर तुमच्या ऑफीसमध्ये वापरा. त्याला प्रतिसाद बहुतेक ठिकाणी सारखाच मिळेल.

वरील प्रसंगात नवऱ्याला सांगायचं होतं, ''केस विंचर, छान दिसशील'' आणि तो बोलला, ''काय झिंज्या झाल्यात, ध्यान कसं दिसतंय'' असं संभाषण सुरू केलं तर कामं कशी होतील? समजा झाली तर त्यात संभाषण ऐकणाऱ्याचं

कौतुक करायला हवं. *चार शब्द घेताना* जे नियम पाळायचे आहेत ते त्याने पाळले असंच म्हणावं लागेल. समजा, कुणाला संभाषण नीट सुरू करता आले नाही तरी संभाषण ऐकणाऱ्याने जर काळजी घेतली तर संभाषणाची गाडी रुळावरून घसरत नाही.

वरील प्रसंगात संध्याकाळी बायकोने काय केलं आणि तिला काय करता आलं असते ते पाहूया.

नवरा सहज म्हणाला, "काय तू सकाळी माझ्यावर चिडली होतीस नाही?"

त्यावर बायको चिडक्या स्वरात म्हणाली, "कुठे??? मी कुठे चिडले होते आणि तू काय शांत होतास काय सकाळी."

बायकोने झालेल्या टीकेचा सपशेल इन्कार करून टाकला. जो काही आरोप झाला होता तो नुसताच धुडकावून टाकला नाही तर प्रत्यारोपही केला. आपण जर डोळे आणि कान उघडे ठेवले तर आपल्याला ही पद्धत ठिकठिकाणी सर्रास वापरलेली दिसेल. बऱ्याच मंडळींचं क्रोध हे एक शस्त्र असते. त्यांना वाटतं की क्रोधाच्या वापरामुळे त्यांचा गैरफायदा घेणाऱ्या मंडळींना नियंत्रणात ठेवता येते. त्यामुळे त्यांच्या रागीट स्वभावावर जो कुणी टीका करेल, त्यावर ही मंडळी तुटून पडतात. मग त्यातून प्रत्यारोप वगैरेसारखे प्रकार होतात. कधी कधी तर प्रत्यारोप जबरदस्ती चिकटवला जातो. ह्या प्रसंगात पुढे तसाच काहीसा प्रकार झालेला दिसतो आहे.

नवरा : होय मी तर शांतच होतो.

बायको : कुठे??? चांगलाच चिडलेला होतास. आता तुझी शांतपणे बोलायची सवयच आहे म्हणून नाही तर तुही चांगला चिडलेलाच होतास आणि तुला तरी नेहमी मीच चिडलेली दिसते.

नवरा : चिडते म्हणून दिसते.

ह्यानंतर बायकोने आपल्या चिडण्याचं जे समर्थन केलेलं आहे, त्याला तोड नाही. अशाप्रकारे समर्थन करणं हे *चार शब्द घेतानाच्या* नियमांचं उल्लंघन करणं होय. ह्यामुळे आपण सुधारणेचा (Self-Development) मार्ग बंद करतो.

बायको : हे सारखं असंच बोललं की मग मला खरोखरीच राग येतो हं. आणि तू चिडायला लावण्यासारखं वागतोस, बोलतोस ते कुठेच गेलं. आता हेही म्हणशील की ह्या सगळ्या प्रसंगात माझीच चूक होती. म्हणजे तू हात वर करायला मोकळा. म्हणजे एवढं सगळं झालं आणि त्यात माझीच चूक. शी:, माझा दिवस तर बिघडवून टाकलासच पण संध्याकाळही खराब केलीस. एक अक्षरही माझ्याशी बोलू नकोस आता.

ते समर्थन वाचले तर असे लक्षात येईल, की हे नुसतेच समर्थन नाही तर

त्यानंतर बायकोने आपल्या क्रोधाबद्दल नवऱ्याला जबाबदार धरले आहे. आपल्या ज्या काही भावना आहेत त्या प्रामुख्याने आपल्या विचारातून तयार होतात. संभाषण सुरुवात करणारा चुकला असेल, पण त्याबद्दल कोणता विचार मनात आणायचा हे स्वातंत्र्य प्रत्येकाला आहे. त्याबद्दलचे विचार कोणीही कोणावर लादू शकत नाही. तुम्ही जे काही विचार आणाल त्याप्रकारच्या भावना निर्माण होतील. त्याच विचारांचे शब्द तयार होतील. त्यातूनच तुमची वागणूक तयार होईल. त्यातूनच पुढे तुमच्या सवयी निर्माण होतील. त्यातूनच पुढे तुमचा स्वभाव निर्माण होईल. त्या स्वभावाबद्दल दुसऱ्याला दोषी कसं धरता येईल? वरील प्रसंगातील दोघा नवरा बायकोला एका विशिष्ट प्रकारे विचार करण्याची सवय लागली आहे. त्यामुळे त्यांच्याकडून *चार शब्द देताना किंवा घेताना* बऱ्याच चुका होतात; परंतु त्या सुधारायच्या असतील तर सर्वप्रथम *चार शब्द घेतानाचे* नियम पाळावे लागतील. त्या नियमांचं उल्लंघन करणं चालूच ठेवलं तर सुधारणेला वावच राहात नाही.

*चार शब्द घेताना* समजा संभाषणाच्या सुरुवातीलाच जर बायकोने अशी प्रतिक्रिया दिली असती, "फार क्षुल्लक गोष्टीवर चिडले का रे मी?"

तर नवऱ्याकडून सहसा असे शब्द बाहेर पडले असते, "सगळाच दोष तुझा होता असं म्हणता येणार नाही, मी सुद्धा तुला कसं बोललो? झिंज्या काय? ध्यान काय? मला पण काय झालं होतं ते मलाच माहीत नाही."

ह्यानंतरच त्यांचं संभाषण चांगल्या दिशेला जाईल व दोघेही आपापल्या चुका मान्य करून पुढे चांगल्या पद्धतीने वागतील. आपल्याला आपली चूक दुसऱ्याने दाखवलेली आवडत नाही. तीच चूक मला माझ्या अनुभवातून सुधारायला आवडेल; पण जर ती कुणीतरी दाखवून दिली विशेषत: नवऱ्याने बायकोला किंवा बायकोने नवऱ्याला की मग अनर्थ होतो. काही नवरा बायको म्हणतात, "मला माझी चूक दाखवून दिली, की मी लगेच मान्य करतो किंवा करते." पण प्रश्न केव्हा येतो माहितीय का? जेव्हा नवऱ्याला वाटतं की बायकोची चूक आहे आणि बायकोला त्यात काहीही वावगं वाटत नाही किंवा बायकोला वाटतं की नवऱ्याची चूक आहे त्याने बदलायला हवं आणि नवऱ्याला वाटतं की बायको उगाचच राईचा पर्वत करते आहे. अशा प्रसंगात जेव्हा *चार शब्दांची देवाण घेवाण* होते, तेव्हा कित्येक घरात कुरूक्षेत्र निर्माण होतं. विश्वास बसत नाही ना? चला, आपण काही उदाहरणं पाहूया.

चारचौघात मोठ्याने बोलणे म्हणजे दुसऱ्यांचा अपमान करण्यासारखंच आहे. असं बायकोला वाटत होतं, नवरा दुसऱ्या संस्कारात वाढला होता. त्याच्या मते महत्त्वाच्या मुद्द्यावर लक्ष वेधून घ्यायचे असेल तर मोठ्यानेच

बोलायला लागतं.

जेव्हा नवऱ्याला एखादा मुद्दा पटवून द्यायचा असे, त्यावेळी त्याचा आवाज मोठा होत असे. बायकोला तो अपमान वाटून ती रागाने उठून जायची. आता नवऱ्याच्या संस्काराप्रमाणे असं चर्चा चालू असताना, कोणी बोलत असताना, न ऐकता उठून जाणं हा इतरांचा घोर अपमान होय. म्हणून त्याचा आवाज आणखी चढत असे. 'मला काय बोलायचंय ते आधी ऐक आणि मग निघून जा!'

आता ह्यामध्ये चूक कोण आणि बरोबर कोण? म्हटलं तर दोघेही बरोबर आणि म्हटलं तर दोघेही चूक. हा फक्त आपल्या संस्कारांचा परिणाम किंवा आपल्या दृष्टिकोनाचा परिणाम. आपण कोणत्या दृष्टिकोनातून त्या प्रसंगाकडे बघतो ह्यावर सर्वकाही अवलंबून आहे. त्या प्रसंगाकडे पाहून आपण कोणता विचार करतो ह्यावर सर्वकाही अवलंबून आहे; पण जरा कल्पना करा हे संभाषण जर अशाच प्रकारे चालू राहिलं तर काय होईल?

त्यांच्या संभाषणातला प्रत्येक शब्द त्या दोघांमध्ये दरी निर्माण करू शकेल.

दुसरं उदाहरण पाहूया.

'बुद्धू' हा शब्द प्रेम व्यक्त करायलासुद्धा वापरता येतो. अशा संस्कारात बायको वाढलेली होती. ती जेव्हा नवऱ्याला उद्देशून 'बुद्धू' हा शब्द वापरायची तेव्हा प्रेमाने शहारून जायची. कारण त्याचा अर्थ तिच्यासाठी 'प्रियकर' असाच होता.

नवरा वेगळ्या संस्कारात वाढलेला होता. त्याच्यासाठी तो शब्द म्हणजे अपमान होता. कारण शाळेत त्याची काही चूक नसताना त्याला 'बुद्धू' असं नाव पडलं होतं. जेव्हा जेव्हा बायको त्याला बुद्धू म्हणायची तेव्हा तेव्हा त्याच्या त्या आठवणी ताज्या व्हायच्या.

परंतु एकदा विचार करा. ह्या क्रिया प्रतिक्रियांचं दुष्टचक्र असंच चालू राहिलं, तर संभाषण हिंसकसुद्धा होऊ शकेल.

आणखी एक उदाहरण बघा.

नुकतंच लग्न झाल्यावर नवराबायकोनी आपला संसार सुरू केला होता. एक दिवस नवऱ्याने सहज आपल्या बायकोचं कपाट उघडलं. बायको स्वयंपाकघरातून लाडात ओरडली, 'ए बुद्धू, माझं कपाट कशाला उघडतोस?' आणि नवऱ्याला तो स्वतःचा घोर अपमान वाटला.

शब्द तेच असतात पण प्रत्येकाच्या मनात त्याचे अर्थ वेगवगळे असतात.

जेव्हा तुम्ही एखादी समस्या सोडवताना चर्चा करता तेव्हा भाषेचा फक्त शब्दशः अर्थच लक्षात घेऊ नका. बोललेला शब्द आणि समजलेला अर्थ हे

बरोबर आहे की नाही ह्याची खात्री करून घ्या. खटका उडण्याचा प्रत्येकाचा एक क्षण असतो. तुमचा अनुभव ह्याबाबतीत तुम्हाला चांगलं सांगू शकेल. आपण बोललेला प्रत्येक शब्द कोणा न कोणासाठी खटका उडण्याचा क्षण आणू शकतो. कारण शब्द जरी तेच राहिले तरी प्रत्येकजण त्याचे वेगवेगळे अर्थ काढत असतो. हे प्रत्येकाच्या संस्कारांवर अवलंबून असतं.

परंतु खटका उडलेल्या एका प्रसंगामुळे पुढचे कित्येक चांगले प्रसंग बिघडणार असतात. तसेच असल्या एका प्रसंगात आपण *चार शब्दांच्या देवाण घेवाणीचे* नियम पाळले तर पुढील कित्येक प्रसंग चांगले होणार असतात. ज्या ज्या घरात क्षणाक्षणाला अनेक वाद निर्माण होत असतात, त्या त्या कुटुंबाची प्रगती होत नाही असे माझ्या पाहणीत आले आहे. त्यामुळे आपण उगाचच ह्या वादविवादाच्या भोवऱ्यात न अडकलेलं बरं.

आता प्रश्न उभा राहील की सुरुवात कोणी करायची? ह्या प्रश्नावरसुद्धा जर वाद घातला तर आपण ह्यातून काहीच शिकत नाही, असा निष्कर्ष काढला जाईल.

दोघांच्या संभाषणामध्ये आपण वाक्यावाक्याला आपलं स्थान बदलत असतो. संभाषण नवऱ्याने सुरू केलं, तर त्या वाक्याला नवरा *शब्द देणारा* असतो. त्यामुळे त्याने *चार शब्द देतानाचे* नियम पाळले पाहिजेत. त्याने पाळले तर चांगलंच आहे; पण जर पाळले नाहीत तर मग त्याच वाक्याला बायको *शब्द घेणाऱ्याच्या* स्थानावर आहे. तिने *शब्द घेतानाचे* नियम पाळले तर पुढचा अनर्थ टळेल. तिने पाळले तर उत्तमच आहे पण यदाकदाचित तिच्याकडूनही चूक झालीच तर त्याच वाक्याला नवरा *शब्द घेणाऱ्याच्या* स्थानावर आहे. त्याने *शब्द घेणाऱ्याचे* नियम पाळले, तर पुढचा कटू प्रसंग टळेल. ज्या क्षणी आपण ज्या स्थानावर असू त्या क्षणी आपल्याला त्या स्थानाचे नियम पाळता येणं शक्य आहे; परंतु एवढं मात्र निश्चित की जी व्यक्ती पहिली सुरुवात करेल त्या व्यक्तीची सुधारणा (Self-Development) जास्त होईल. संभाषणाची सूत्रे त्या व्यक्तीच्या हाती जातील, त्या व्यक्तीला जास्त मान मिळेल. त्यामुळे कोणी पहिली सुरुवात करायची हे ज्याने त्याने स्वत:च ठरवावं.

## २. चिडलेल्या गिऱ्हाईकाशी संभाषण

आता हा प्रसंग पाहा.

प्रवीणचा स्वतंत्र व्यवसाय आहे. तो त्याच्या व्यवसायात अतिशय यशस्वी आहे. लाखो रुपयांची त्याची रोजची उलाढाल आहे. त्याने त्याच्या धंद्यासाठी एका प्रायव्हेट कंपनीशी एक सर्व्हिस कॉन्ट्रॅक्ट केलेलं आहे. त्यामुळे त्या कंपनीला खूप

फायदा होतो आहे; परंतु त्या कंपनीच्या रेकॉर्डमध्ये प्रवीणचं नाव चुकीचं नोंदलं गेलं आहे. प्रवीणला हे फार खटकतं की ज्या कंपनीचा आपल्यामुळे एवढा फायदा होतो आहे, त्या कंपनीने आपलं रेकॉर्ड नीट ठेवायला पाहिजे ही प्रवीणची माफक अपेक्षा, प्रवीणने चार वेळा फोन करून त्या कंपनीला कळवली; पण कोणीही त्याच्या तक्रारीची दखल घेतली नाही. आज परत प्रवीणने फोन केला आहे, पण फोन कोणीही उचलत नाही. पंधरावेळा फोनची रिंग वाजल्यावर फोन उचलला गेला आणि पुढीलप्रमाणे संभाषण झाले :

समोरून आवाज : हॅलो

प्रवीण : काय हो, किती वेळ लावता तुम्ही फोन उचलायला? साधा फोन पटकन उचलता येत नाही. आमची कामं तर करत नाहीच पण फोनसुद्धा उचलता येत नाही?

समोरून आवाज : (हे ऐकून चिडलेला आवाज) अहो महाशय, फोन लगेच उचललेला आहे. जास्त बोलायचं नाही. तुम्ही कोण बोलता हे मला माहीत नाही पण तुम्ही कोणीही असा. सुभाषशी बोलताना जरा नीट बोला. काम काय आहे ते सांगायचं असेल तर सांगा नाही तर फोन ठेवून द्या.

प्रवीणला कळतं की फोन सुभाष नावाच्या व्यक्तीने उचलेला आहे व तो आपल्याशी उर्मटपणे बोलत आहे. त्यामुळे प्रवीणचा अपमान होतो. त्याला वाटतं एक तर आपण ह्या कंपनीला धंदा देतो, शिवाय त्यांच्या सेवेविषयी तक्रार करताना इकडची मंडळी उर्मटपणे बोलतात.

प्रवीण : हे पाहा, मला तुमच्या सेवेविषयी तक्रार करायची आहे. मला तुमच्या कंपनीकडून जी काही आश्वासने देण्यात आली होती, ती तुमच्याकडून पाळली जात नाहीत. मला कळत नाही तुमची कुवत नसेल तर तुम्ही आम्हाला आश्वासने देता कशाला?

समोरून आवाज : अहो महाशय, तुमचं नाव काय म्हणालात? आणि ते काहीही असो म्हणा. मला त्याच्याशी काही देणंघेणं नाही. मी एकतर दुसऱ्या डिपार्टमेंटचा माणूस आहे. इथे फोन वाजत होता व त्याच्या जवळ कोणीही नव्हतं म्हणून मी उचलला. म्हटलं कोणाचं तरी महत्त्वाचं काम असेल पण तुमच्यासारख्यांच्या फालतू तक्रारी ऐकून घ्यायला मला वेळ नाही आणि आमची कुवत वगैरे काढायची तुम्हाला काही गरज नाही. एकतर कस्टमर पैसे वेळेवर देत नाहीत आणि नंतर स्वतःच तक्रार करून बोंब मारतात. तुमचंही तसंच काहीसं असणार.

पैसे वेळेवर द्यायची दानत आधी ठेवा. मग आमची कुवत काढा.

प्रवीण : (भयंकर संतापून) तुम्ही स्वत:ला कोण समजता हो? कोणाशी बोलता आहात, हे माहीत आहे का? आमची दानत काढता काय? तुम्हाला काय माहिती हो आमची दानत? चोर तर चोर वर शिरजोर ही पद्धत आहे काय वागायची?

समोरून आवाज : कुणाला चोर म्हणता हो? बरोबर. तुम्हाला सगळे चोरच दिसणार. चोराच्या मनात चांदणं.

अशा तऱ्हेने शब्दाला शब्द वाढत जातो. संभाषणामध्ये सुसंवाद साधला जात नाही तर वाद होतो. प्रवीणचा प्रश्न तर सुटत नाहीच; पण त्याचा अहम् दुखावला जातो. त्यामुळे तो वरिष्ठांकडे सुभाषची तक्रार करतो. त्या तक्रारीचं नंतर काय झालं हे प्रवीणला कळत नाही. त्याचं सगळं लक्ष आता सुभाषच्या तक्रारीकडे असतं. त्याचं नाव रेकॉर्डमध्ये बदललं की नाही हा मूळ प्रश्न बाजूला राहातो. पुढचे सहा महिने तो आपल्या तक्रारीविषयी विचारपूस करीत राहतो व त्याचं नाव बदलायला सहा महिने लागतात.

पाहिलंत, कसा फरक पडतो. एक छोटंसं संभाषण पण आयुष्यावर किती परिणाम करून जातं. माझी खात्री आहे, की प्रवीणसारखेच प्रसंग आपणही अनुभवत असणार आणि कित्येकांची अवस्था सुभाषसारखीच होत असेल.

वरील प्रसंगात "समोरचा आवाज" सुभाषचा आहे. आता हाच प्रसंग आपण सुभाषच्या नजरेतून पाहूया.

सुभाष एका प्रायव्हेट कंपनीत अनेक वर्षं नोकरीला आहे. इमानेइतबारे काम करणं हा त्याचा स्वभाव. तो एक दिवस दुसऱ्या डिपार्टमेंटमध्ये आलेला असतो व एका टेबलाजवळ फोन वाजत असलेला पाहतो. फोनच्या जवळ कोणीच नसतं त्यामुळे तो नुसताच वाजत असतो हे त्याला पाहावत नाही, कारण तो त्याच्या कंपनीशी आणि त्याच्या कामाशी अतिशय प्रामाणिक असतो. त्याच्या दुर्दैवाने तो फोन एका चिडलेल्या ग्राहकाचा म्हणजेच प्रवीणचा असतो- सुभाषला त्याच्या कंपनीला कोणी नावं ठेवलेली आवडत नाही, त्यामुळे तोही चिडतो आणि क्षुल्लक शब्दांवरून दोघांची वादावादी होते.

अशा तऱ्हेने शब्दाला शब्द वाढत जातो. संभाषणामध्ये सुसंवाद साधला जात नाही तर वाद होतो. गिऱ्हाइकाचा प्रश्न तर सुटत नाहीच; पण त्याचा अहम् दुखावला जातो. त्यामुळे तो वरिष्ठांकडे सुभाषची तक्रार करतो.

एका मोठ्या गिऱ्हाइकाकडून आलेल्या तक्रारीची दखल व्यवस्थापनाला घ्यावी लागते. नेमकी त्याच वेळेस सुभाषच्या वरिष्ठांनी सुभाषच्या प्रमोशनबद्दल शिफारस केलेली असते, परंतु ग्राहकांच्या तक्रारीमुळे व्यवस्थापन सुभाषचं

प्रमोशन रद्द ठरवते.

सुभाषच्या मनात प्रमोशनची अपेक्षा असते, कारण तसा तो अतिशय कामसू असतो. त्याचं प्रमोशन रद्द झालं, हे त्याला समजतं पण असं का झालं हे कित्येक महिने माहीत नसतं. अशा परिस्थितीत त्याला भयंकर मन:स्ताप होतो. त्यामुळे त्याचं कामात लक्ष लागत नाही. त्याच्या हातून आणखी काही चुका होतात व पुढच्या वर्षीच्या प्रमोशनच्या संधीही हातून सुटतात.

पाहिलंत, कसा फरक पडतो! एक छोटंसं संभाषण पण आयुष्यावर किती परिणाम करून जातं. माझी खात्री आहे की सुभाषसारखेच प्रसंग प्रत्येकजण अनुभवत असतो आणि कित्येकांची अवस्था सुभाषसारखीच होत असते. प्रत्येकाचं प्रमोशन लांबेल असे एखादेवेळेस होणार नाही. पण असल्या प्रसंगाचे दुष्परिणाम गंभीर होऊ शकतात एवढे लक्षात ठेवलं तरी पुरेसं होईल.

आता सुभाषच्या दृष्टिकोनातून पाहिलं तर तो असेही म्हणू शकेल की वरील संपूर्ण प्रसंगात माझी काय चूक? मी तर चांगुलपणाने फोन उचलला. तो माणूसच चिडून बोलत होता त्याला मी काय करू? आणि एका तिऱ्हाईत माणसाच्या तक्रारीवरून व्यवस्थापन जर माझ्या प्रमोशनचे निर्णय बदलणार असेल तर चूक नसताना शिक्षा.

*चार शब्दांची देवाण घेवाण करताना* जे काही नियम पहिल्या आणि दुसऱ्या भागात आपण पहिले आहेत, त्या सगळ्यांचं उल्लंघन दोघांनी केलेलं वरील प्रसंगात दिसतं. पण त्याचा तोटा सुभाषला एका तऱ्हेने सहन करावा लागला तर प्रवीणला दुसऱ्या तऱ्हेने सहन करावा लागला. दोघांनीही नियम पाळले नव्हते. एकाने पाळले नाहीत म्हणून दुसऱ्यानेही पाळले नाहीत; पण आग जेव्हा लागते तेव्हा आगीला दोषी आणि निर्दोषी सगळेच सारखे असतात. त्यामध्ये पहिला जास्त दोषी आणि दुसरा कमी दोषी असाही भेदभाव राहात नाही. तुम्ही जर आगीत तेल टाकले तर ती आग तुम्हालाही लपेटूनच घेणार. आता वादविवादाची आग थोडीशी वेगळी आहे हे मान्य; पण त्याच्या दुष्परिणामाचे नियम सारखेच आहेत. ह्या आगीचा कधीकधी दोघांनाही सारखाच तोटा होतो किंवा एकालाच तोटा होतो. निदान ज्याला तोटा होणार आहे त्याने तरी त्यात तेल टाकू नये; परंतु आयुष्यात गंमत अशी असते की एखाद्या वादविवादाचा तोटा होणार आहे की फायदा होणार आहे हे आपल्याला माहीत नसतं. मग अशा आगीत आपण जर तेल टाकलं तर आपलं नशीबच म्हणायचं जर फायदा झाला तर उत्तम. पण जर तोटा झाला तर नशिबाला बोल लावत बसायचं. सुभाषच्या वरील विचारामध्ये हेच दिसेल; परंतु अशा जगण्याचा शेवटी सगळ्यांनाच कंटाळा येतो.

याच कारणासाठी *चार शब्दांची देवाण घेवाण* करताना जे काही नियम पाळायचे आहेत, ते प्रत्येक प्रसंगात आपण पाळलेले बरे. निदान त्यामुळे तुमचं नुकसान होणार नाही. झाला तर फायदाच होऊ शकेल. आता वरील प्रसंगात जर प्रवीणने आणि सुभाषने हे नियम पाळले असते, तर त्यांचे होणारे नुकसान ते दोघेही टाळू शकले असते. आपण तो प्रसंग आता नव्याने पाहूया. प्रथम प्रवीणला हा प्रसंग कशा प्रकारे हाताळता आला असता ते पाहूया आणि मग सुभाषला हाच प्रसंग कोणत्या प्रकारे हाताळता आला असता आणि त्याचे परिणाम काय झाले असते ते पाहूया.

प्रवीण फोन करतो व अनेक रिंगनंतर फोन उचलला जातो.

समोरून आवाज : हॅलो

ह्या क्षणी प्रवीण *चार शब्द देणारा* आहे, त्याला टीका करायची आहे, पण जर ती वर्णनात्मक ठेवली तर त्याचे परिणाम चांगले होतील असं आपण आपल्या नियमात म्हटलेलं आहे. त्यामुळे प्रवीणने जर आपली टीका खालीलप्रमाणे ठेवली तर समोरचा माणूस ती जास्त चांगल्या प्रकारे घेऊ शकेल.

प्रवीण : गेली पंधरा मिनिटे मी तुम्हाला फोन करायचा प्रयत्न करतो आहे. हा फोन तुम्ही उचलायला पंचवीस रिंग वाजायला लागल्या. फोन हातात धरून माझा हात दुखायला लागलेला आहे, एक तर मी तुमच्या सेवेविषयी तक्रार करायला फोन करत आहे. त्यामुळे मला प्रचंड संताप आलेला आहे.

समोरून आवाज : (हे ऐकून अतिशय समजुतीचा आवाज) क्षमा करा हं. फोन उचलायला जरा उशीरच झाला. त्याचं काय आहे फोनच्या जवळ कुणीच नव्हतं पण तो आमचा प्रॉब्लेम राहू द्या. प्रथम मला सांगा तुम्हाला काय तक्रार करायची आहे?

प्रवीण : माझा प्रॉब्लेम असा आहे, की तुमच्या बिलामध्ये माझं नाव चुकीचं छापलं जातं. माझं नाव प्रवीण आहे आणि माझ्या बिलामध्ये ते प्रमोद असं छापलं गेलं आहे. आज मला तुमच्याकडून हे पाचवं बिल मिळालेलं आहे. मी प्रत्येकवेळी हे कंपनीच्या निदर्शनास आणून दिलं आहे; पण कोणीही ह्याची दखल घेतली नाही.

समोरून आवाज : अरेरे, मी समजू शकतो तुम्हाला काय वाटत असेल. तुम्ही ह्या आधी कुणाशी बोललात, हे मला ठाऊक नाही. मला वाटतं तुमची तक्रार योग्य माणसाकडे गेलीच नाही. मी आता तुम्हाला माहिती देतो, रेकॉर्डचं काम विजय कदम ह्यांच्याकडे आहे. त्यामुळे तुम्ही

थेट विजय कदम ह्यांच्याशी बोललात तर तुमचं काम अर्ध्या मिनिटात होईल. विजय सध्या जागेवर नाही, ते एका मीटिंगला गेले आहेत. मी सुभाष कुलकर्णी, मी अकाउंटस्मध्ये काम करतो. ह्या डिपार्टमेंटला आलो होतो व फोन वाजत होता आणि जवळपास कुणीही नव्हतं म्हणून उचलला. मी विजयसाठी निरोप लिहून ठेवतो. त्यात तुमचं नाव, नंबर वगैरे माहिती लिहून ठेवतो. अर्ध्यातासात विजय यायला पाहिजे व ते तुम्हाला फोन करतील. समजा त्यांचा फोन तुम्हाला अर्ध्यातासात नाही आला तर मला परत फोन करा. मी माझा नंबर तुम्हाला देतो. तो लिहून घ्याल काय?

प्रवीण : हो नक्कीच. चला तुम्ही चांगली माहिती दिली. आता समजा काम झालं नाही तर कुणाला विचारायचं हे तरी समजलं.

समोरून आवाज : आता ह्याकरता तुम्हाला परत फोन करायची गरज पडणार नाही ह्याची आम्ही काळजी घेऊ.

पाहिलंत, किती वेगळं संभाषण होऊ शकतं.

आता आपण पाहूया, की जर सुभाषकडे संभाषणाची कौशल्यं असती व जर त्याने ती वापरली असती तर ह्याच प्रसंगात कसा फरक पडला असता.

सुभाष फोन उचलतो

सुभाष : हॅलो

समोरून आवाज : काय हो किती वेळ लावता हो तुम्ही फोन उचलायला? साधा फोन पटकन उचलता येत नाही. आमची कामे तर करीतच नाही पण फोनसुद्धा उचलता येत नाही?

आत्ता ह्या क्षणी सुभाष हा *शब्द घेणारा* आहे. शब्द देणाऱ्याने अतिशय टीकात्मक भाषा वापरलेली आहे. शिवाय त्या टीकात्मक शब्दाला भावनांची फोडणी चांगलीच दिलेली आहे. त्यामुळे त्याचे शब्द अतिशय झणझणीत वाटताहेत; परंतु शब्द घेणाऱ्याने हेच लक्षात घ्यायचे की समोरच्याला टीका कशी करावी हे माहीत नाही. हीच संधी आहे टीका कशी घ्यावी हे दाखवायची. ह्या ठिकाणी दोन गोष्टींबद्दल टीका झालेली आहे. पहिली म्हणजे फोन उचलायला दिरंगाई झालेली आहे व दुसरी म्हणजे तुमच्या कंपनीने कामे केलेली नाहीत. पहिला मुद्दा बरोबर आहे त्यामुळे त्या टीकेची जबाबदारी घ्यायला हरकत नाही व दुसरा मुद्द्याबद्दल आणखी प्रश्न विचारणं जरूरीचं आहे.

सुभाष : (हे ऐकून शांतपणे) फोन उचलायला उशीर झाल्याबद्दल क्षमस्व. तुम्ही आमच्या कंपनीच्या सर्व्हीसबद्दल नाराज दिसता आहात.

माझं नाव सुभाष कुलकर्णी. मला तुमचा प्रॉब्लेम सांगा. मी तुम्हाला मदत करण्याचा नक्कीच प्रयत्न करीन.

चिडलेल्या गिऱ्हाइकाला कळतं की फोन सुभाष कुलकर्णी नावाच्या व्यक्तीने उचललेला आहे व तो आपल्याशी अतिशय समंजसपणे बोलत आहे. त्यामुळे ह्या गिऱ्हाईकाचा राग कमी होतो.

समोरून आवाज : हे पाहा माझा प्रॉब्लेम असा आहे की माझ्या बिलामध्ये माझं नाव चुकीचं लावलं गेलंय. माझं नाव प्रवीण आहे व बिलामध्ये ते नेहमी प्रमोद असं छापलं जातंय. मी या आधी चार वेळा त्याबद्दल तक्रार केलेली आहे, पण अजूनही हे नाव बदललं गेलं नाही. मी ह्याविषयी अतिशय नाराज आहे.

सुभाष : मी तुमची नाराजी समजू शकतो, मला जरा सांगाल का की या आधी तुम्ही कोणाकडे ह्याविषयी तक्रार केली होती?

समोरून आवाज : मी ह्याच नंबरवर बोललो होतो पण त्या व्यक्तीने नाव सांगितलं नाही व मीही विचारलं नाही.

सुभाष : काही हरकत नाही. आता मी तुम्हाला थोडी माहिती देतो. हे नाव, पत्ता वगैरे बदलण्याचं काम विजय कदम नावाच्या व्यक्तीकडे आहे. मी खरं तर अकाउंटस्‌मध्ये काम करतो. इथे कामासाठी आलो होतो व विजय कदम जरा एका मीटिंगला गेले आहेत. त्यांचा फोन वाजत होता व मी जवळून चाललो होतो म्हणून उचलला. मी त्यांच्यासाठी तुमचं नाव, नंबर व निरोप लिहून ठेवतो. साधारण अर्ध्यातासात ते येतील व तुम्हाला फोन करतील. यदाकदाचित त्यांनी फोन केला नाही, तर मी माझा नंबर तुम्हाला देतो, त्यावर मला परत फोन करा. चालेल का?

समोरून आवाज : चालेल, पण म्हणजे आम्ही काय नुसते फोनच करत राहायचं की काय? (तक्रार अजूनही आहे पण स्वर मावळलेला आहे)

सुभाष : नाही सर, तशी वेळ आता येणार नाही याची आम्ही काळजी घेऊ, पण त्यातूनही आलीच तर त्यानिमित्ताने तुमच्याशी परत बोलायला संधी मिळेल. आमच्या कंपनीतील वेगवेगळ्या व्यक्तीशीं तुमच्या ओळखी वाढतील हेही काही वाईट नाही.

समोरून आवाज : हो, खरंय ते. तुमच्याशी ओळख झाली. कुठे राहाता तुम्ही?...

पाहा प्रवीणने किंवा सुभाषने जर नियमांचं पालन केलं असतं व सुसंवाद साधला असता तर चित्र कसं बदललं असतं. सुसंवाद साधला म्हणून कुणी वरिष्ठांकडे प्रशस्तीपत्रक देईलच असे नाही; पण जर नाराज झाला तर तक्रार जरूर करेल.

वरील प्रसंगातून वाचकांनी बोध घ्यावा. तुम्ही कोणत्या जागेवर आहात हे आधी तपासून पहा. प्रवीणच्या जागी आहात की सुभाषच्या जागी आहात. कोणत्याही जागी असा सुसंवाद साधला तर फायदा आहे व फक्त वाद घातलात तर तोटा आहे.

### ३. सल्ला देताना

एका बहुराष्ट्रीय बँकेमध्ये नोकरी करणाऱ्या तरुणाचा हा किस्सा. हा धर्माने हिंदू आहे. ह्याने एका परधर्मातील मुलीशी प्रेमविवाह केला आहे. ह्याला एक सुंदर मुलगीदेखील आहे. ह्यांच्या लग्नाआधी आणि लग्नानंतर कधीही ह्यांच्या वादामध्ये धर्म हा वादाचा मुद्दा कधीच नव्हता; परंतु ह्याला कालांतराने असं वाटू लागतं की ह्याच्या बायकोने जर कपाळावर कुंकू लावलं तर ती आणखी सुंदर दिसेल. तो तिला तसा सल्ला देतो.

नवरा : अगं आज आपल्याला लग्नाला जायचं आहे. तू तुझी हिरवी साडी नेस. ती तुला खूप छान दिसते आणि हे बघ, ह्या लग्नात माझ्याकडची सगळी वडीलधारी उपस्थित असतील. त्यामुळे तू हे नेहमी पांढरं कपाळ ठेवतेस तसं ठेवू नकोस, अपशकुनी वाटेल. जरा कपाळावर कुंकू लाव. आणखी छान दिसशील.

बायको : हे बघ, माझ्यावर तुझा धर्म लादायचा प्रयत्न करू नकोस. मी अजिबात कुंकू लावणार नाही आणि काय रे हल्ली मी बघतेय तुझं ही कुंकू लाव, कुंकू लाव अशी भुणभूण का चालू असते? आपल्या लग्नाच्या वेळेसच तू मला माझ्या धर्मासकट पदरात घेतलं आहेस आणि मीसुद्धा तुला तुझ्या धर्मासकट पदरात घेतलं आहे. माझ्याकडची बुजुर्ग मंडळी येतात तेव्हा मी म्हणते का तुला की असाच वाग आणि तसेच कपडे घाल? मग तू अशी सारखी भुणभूण लावलेली मला चालणार नाही.

नवरा : मला धमकी देतेस? चालणार नाही. म्हणजे काय करणार आहेस गं? अगं तुझ्या खानदानाला मी ओळखत नाही काय ......

पाहिलंत सल्ला देतानाच्या नियमांचं उल्लंघन केलंत तर कसा प्रसंग निर्माण

होऊ शकतो. एक तर सल्ला जर विचारला नसेल तर देऊ नये. हा पहिला नियम. पण जर आपल्याला द्यायचाच असेल तर त्यामध्ये समोरच्या व्यक्तीला तो सल्ला नाकारण्याची मुभा दिलेली असायला हवी. शिवाय वरील प्रसंगात तर स्त्री-पुरुष समानता हासुद्धा एक मुद्दा नवऱ्याने लक्षात घेतला नाही. आजकालच्या युगात हा मुद्दा अतिशय महत्त्वाचा ठरतो. हे मुद्दे लक्षात घेऊन जर हाच प्रसंग नव्याने पाहिला तर बघा पटतोय का?

नवरा : अगं आज आपल्याला लग्नाला जायचं आहे. तू तुझी हिरवी साडी नेस. ती तुला खूप छान दिसते. आणखी एक गोष्ट सुचवायची आहे. ती गोष्ट जशीच्या तशी मान्य कर असं माझं बिलकूल म्हणणं नाही. तुला ती गोष्ट मान्य न करण्याचा पूर्ण अधिकार आहे. सुचवू का?

बायको : अरे, बोल तर खरं. मी कधी तुझ्या शब्दाबाहेर जाते का?

नवरा : अगं त्यात मोठं असं काही नाही. लग्नात आमच्याकडची बरीच वडीलधारी मंडळी असतील. त्यांना तू कुंकू लावलेलं आवडेल. त्यामुळे ह्या लग्नाला जाताना जर तू कुंकू लावलंस तर बरं होईल आणि तुमच्याकडच्या समारंभाला मीसुद्धा काही पेहेरावात बदल करावा असं तुला वाटत असेल तर खुशाल मला सांग. मी अगदी तू सांगशील तसा बदल करीन.

बायको : अरे इतकंच ना? मग अगदी एवढं नम्रतेने कशाला सांगायला पाहिजे. हक्काने सांगितलं असतं तरी चाललं असतं.

जर अशा प्रकारची प्रतिक्रिया आली तर फक्त एवढंच समजायचं की तुम्ही सल्ला योग्य पद्धतीने दिला पण असल्या प्रतिक्रियेला भुरळून जाऊन हक्काने काहीही सांगायचं नाही. ते तुमच्यावर उलटू शकतं एवढं लक्षात ठेवा.

## ४. सल्ला घेताना

आता आपण पाहूया. सल्ला घेताना आपल्याला काय करता येईल हे पाहाणेसुद्धा जरुरीचे आहे. कारण एखाद्याने चुकीच्या पद्धतीने सल्ला दिला, तर उगाचच वादविवाद करण्यात फक्त वेळ वाया जाऊ शकतो व हातातील अनेक महत्त्वाची कामे राहून जातात. आपलं आयुष्य हे अतिशय मौल्यवान आहे. आपण फक्त वादविवाद करत राहिलो तर आपल्याला काहीही साध्य होणार नाही. सल्ला चुकीच्या पद्धतीने दिला. याचा अर्थ फक्त एवढाच आहे, की समोरच्या व्यक्तीला संभाषणकौशल्य अवगत नाही परंतु आपल्याला ते अवगत असायला हवे. आपल्याशी बोलणाऱ्या सगळ्यांना संभाषणकौशल्य अवगत

असावं असा आग्रह आपण धरू शकत नाही. पण आपण ही संभाषणकला शिकून इतरांच्या संभाषणातल्या त्रुटी सहजपणे बाजूला सारू शकतो. चुकीच्या पद्धतीने दिलेल्या सल्ल्यात काही तथ्य आहे का, हे तपासून बघितलं पाहिजे; नाहीतर आपल्याच प्रगतीची संधी हुकेल.

आता आपण वरील उदाहरणामध्ये बायकोला काय करता आले असते हे पाहूया. नवऱ्याने जरी चुकीच्या पद्धतीने संभाषण केले, तरी आपल्याला ते सुधारून घेता येऊ शकते. त्यातच खरी हुशारी आहे.

आपण वरील प्रसंगातले नवऱ्याचे शब्द परत एकदा पाहूया.

नवरा : अगं आज आपल्याला लग्नाला जायचं आहे. तू तुझी हिरवी साडी नेस. ती तुला खूप छान दिसते आणि हे बघ ह्या लग्नात माझ्याकडचे सगळे बडेबुजुर्ग उपस्थित असतील. त्यामुळे तू हे नेहमी पांढरं कपाळ ठेवतेस, तसे कृपया ठेवू नकोस. अपशकुनी वाटेल. जरा कपाळावर कुंकू लाव आणखी छान दिसशील.

वरील वाक्य बोलताना नवऱ्याने जे नियम लक्षात घेतलेले नाहीत ते नियम बायको हळूच लक्षात आणून देऊ शकते. अशावेळेस फक्त काही प्रश्न विचारायचे असतात. परंतु ते अतिशय विनयशीलतेनं. कुत्सितपणे नव्हे. वैतागून तर मुळीच नव्हे.

बायको : हा हुकूम आहे, की विनंती आहे की विनंतीवजा सूचना आहे?

ह्या प्रश्नावर सहसा नवऱ्याकडून नकारार्थी उत्तर येईल. एखाद-दोन वाक्यांची देवाण घेवाण होईल, परंतु शेवटी वरील विनंती नाकारायचा अधिकार बायकोला राहील.

त्यानंतर दुसरा प्रश्न

बायको : समजा अशाच प्रकारची विनंती मी केली तर ती अमलात आणायची तुझी तयारी आहे?

ह्या प्रश्नावरसुद्धा एकदोन वाक्यांची देवाण घेवाण होऊ शकते. पण त्याचा शेवट होकारार्थी उत्तर येण्यात होईल.

■

# भाग : चौथा

## भावनिक संतुलन राखा

संभाषणामध्ये अत्यंत महत्त्वाची गोष्ट म्हणजे आपल्या भावनांचं संतुलन. ज्याप्रमाणे आरोग्यासाठी संतुलित आहाराची गरज असते, त्याचप्रमाणे उत्तम संभाषणकौशल्यासाठी संतुलित भावनांची गरज असते.

ह्या पुस्तकातील आधीच्या तीनही भागांमध्ये ज्या नियमांचा ऊहापोह केलेला आहे, त्यातील एकही नियम भावना संतुलित नसतील तर वापरता येणार नाही.

जेव्हा मुले नीट वागत नाहीत व त्यांना चांगलं वळण लावायचं असतं तेव्हा सर्वप्रथम त्यांच्या वागणुकीबद्दल आपल्या भावना संतुलित असाव्या लागतात, तरच त्यांच्याशी सुसंवाद साधता येतो व त्यांना वळण लावणं सोपं जातं.

जेव्हा सहकारी नीट वागत नाहीत तेव्हा त्यांचं सहकार्य मिळवण्यासाठी सर्वप्रथम आपल्या भावना संतुलित असाव्या लागतात तेव्हा कुठे त्यांच्याशी सुसंवाद साधता येतो व त्यांचं सहकार्य मिळवण्याचा मार्ग मोकळा होतो.

जेव्हा तापट गिऱ्हाईक आपल्या समोर उभं राहातं तेव्हा सर्वप्रथम आपल्या भावना संतुलित असाव्या लागतात तेव्हा कुठे तापट माणसाचा राग शांत करता येतो व आपला कार्यभाग साधता येतो.

जेव्हा भावना असंतुलित होऊ लागतात तेव्हा आपल्या संभाषणातील शब्दही असंतुलित होऊ लागतात. शब्दांचे अर्थ असंतुलित होऊ लागतात व आपल्याकडून *चार शब्दांची देवाणघेवाण* करताना जे नियम पाळायचे असतात, त्यांचं उल्लंघन होतं. मी तर असं म्हणेन की ज्या ज्या मंडळींच्या भावना संतुलित नाहीत, अशाच मंडळींकडून *चार शब्दांच्या देवाणघेवाणीत* नियमांचं उल्लंघन होतं. अशा मंडळींना एक तर यश मिळत नाही किंवा मर्यादित प्रमाणात मिळतं किंवा त्यांना त्यासाठी खूप मेहनत करावी लागते

किंवा अनेक ताणतणावांना तोंड द्यावं लागतं. त्यांच्यासमोर अनेक मोठाल्या समस्या आ वासून उभ्या असतात.

ह्या उलट परिस्थिती भावना संतुलित ठेवल्याने होते. भावना संतुलित असलेल्या मंडळींना संभाषणकौशल्य पटकन शिकता येतं. संभाषणांच्या नियमांचं पालन करणं अशा मंडळींना जड जात नाही. त्यामुळे शेवटी ही माणसं कर्तबगार ठरतात. ताणतणाव ह्या मंडळींपासून लांब असतात. समस्या ह्यांच्या मुठीत असतात. मानगुटीवर बसत नाहीत.

## १. भावना संतुलित कशा ठेवाव्या?

भावना जर संतुलित ठेवायची इच्छा असेल तर पहिल्याप्रथम एक तत्त्व लक्षात ठेवायचं ते म्हणजे आपल्या भावना ह्या प्रामुख्याने आपल्या विचारांमुळे असतात. त्यामुळे आपल्याला जर न्यूनगंड असेल, तर तो प्रामुख्याने आपल्याच विचारामुळे आहे. आपल्याला जर पटकन राग येत असेल, तर तो प्रामुख्याने आपल्याच विचारांमुळे आहे. आपल्याला जर भीती वाटत असेल, तर ती प्रामुख्याने आपल्याच विचारामुळे आहे. एकदा हे तत्त्व मनात पक्कं बसवलं गेलं की मग पुढचं काम सोपं होईल पण जर हे तत्त्वच मान्य नसेल, तर मात्र तुम्हाला तुमच्या भावना नियंत्रित करता येणार नाहीत.

"मी शांतच राहातो. पण अमूक अमूक वेड्यासारखं बोलतो. मग माझं डोकंच फिरतं. त्याला मी काय करू." अशी वाक्यं तुम्ही ऐकलीच असतील. ही वाक्य काय सांगतात, माझ्या भावना माझ्या हातात नाहीत, तर समोरची व्यक्ती कशी बोलते ह्यावर अवलंबून आहे.

आपल्या मनात भावना कशा निर्माण होतात, ते आधी आपण पाहूया.

आपल्या समोर जो प्रसंग घडत असतो त्याबद्दल आपण कोणता विचार करतो, ह्यावर आपल्या भावना अवलंबून असतात. उदा. रस्त्यातून जाताना एखादा माणूस केळीच्या सालीवरून पडला. आपल्या मनात विचार आला- 'कशी फजिती झाली.'- मनात खुषीचे तरंग उठतील. 'काय विनोदी प्रसंग घडला'- हसायला येईल. 'अरेरे खूप लागलं असेल'- सहानुभूती वाटेल. 'च्यायला ही भिकार माणसं केळी खाऊन सालं कुठेही टाकतात'- राग येईल. 'अरे मला मदत करायला पाहिजे'- जवळ जाऊन मदत कराविशी वाटेल. ज्याप्रमाणे विचार येईल त्याप्रमाणे भावना उमटतील. समोर घडणाऱ्या प्रत्येक प्रसंगाबद्दल कोणता विचार करावा, ह्याचं स्वातंत्र्य प्रत्येकाला आहे. तुम्ही कोणता विचार करावा, ह्याबद्दल कोणीही जबरदस्ती करू शकत नाही. तुमच्या मनातला विचार हा संपूर्णपणे तुमच्या मर्जीने निवडलेला असतो. त्यामुळे जर राग निर्माण होत असेल तर त्याला तुम्हीच

जबाबदार आहात. समोरचा माणूस कसंही बोलत असला तरी त्या प्रसंगाबद्दल कोणता विचार करावा, हा संपूर्णपणे तुमचा प्रश्न आहे. तुम्ही कोणत्याही प्रसंगाबद्दल राग न येणारा विचारही निवडू शकता. त्यामुळे अमूक अमूक वेड्यासारखं बोलतो हा सुद्धा एक विचार आहे. त्यामध्ये "वेड्यासारखं" हे एक विशेषण आहे. हे सुद्धा तुमच्या मनातील विचारातून आलेलं आहे. हे विशेषण काढून टाकलं तर तुमच्या भावना बदलतील. त्यातूनही तो जे काही बोलला व जसं बोलला त्यावर आता कोणता विचार तुमच्या मनात येऊ द्यावा हा तुमचा प्रश्न आहे. तुम्हाला राग तुमच्या विचारामुळे येतो. हे विचार बदलले तर वेगळी भावना निर्माण होईल. रस्त्यावरील माणूस केळीच्या सालीवरून पडला तर सहानुभूतीसुद्धा वाटू शकते, हसायलासुद्धा येऊ शकतं, रागही येऊ शकतो आणि मदत करण्याची कर्तव्यबुद्धीसुद्धा सुचू शकते. जो विचार निवडू त्याप्रमाणे भावना निर्माण होतील.

आपल्या मनातल्या विचारांवर संपूर्णपणे आपलंच नियंत्रण असू शकतं. पृथ्वीतलावर कोणीच दुसऱ्याचे विचार नियंत्रित करू शकत नाही. याचा अर्थ असा की आपल्या मनातले विचार जागरूकपणे असो किंवा नकळतपणे असो, पण ते आपले स्वत:चेच असतात. त्या विचारांमुळे जर काही भावनांचे तरंग निघत असतील, तर तेही आपल्या स्वत:मुळेच असतात. जर आपल्याला आपले विचार नियंत्रित करता आले तर आपल्याला आपल्या भावनाही नियंत्रित करता येतील. तसेच आपल्याला आपले विचार बदलता आले तर आपल्या भावनांचे तरंगही बदलू शकतील.

तुम्हाला एखादा प्रसंग भीतीदायक वाटत असेल तर त्याच्याबद्दल तुम्ही जो काही विचार करता तो दामदुपटीने वाढवून पाहा. त्या प्रसंगाबद्दल तुमचे जे काही विचार आहेत, ते परत परत बोलून पाहा. तुमच्या भावनांचे तरंग तीव्र होतील. त्याच प्रसंगाबद्दल विनोदी बोला आणि पहा तुमच्या भीतीच्या भावना कमी होतील आणि तुम्हाला हसायलासुद्धा येऊ लागेल.

तुम्हाला एखाद्या प्रसंगामुळे राग येत असेल तर त्याच्याबद्दल तुम्ही जो काही विचार करताहात तो विचार तीव्र करून पाहा. तो विचार परत परत आग्रहाने मांडा आणि बघा तुमच्या रागाचं क्रोधात रूपांतर होईल. आता त्याच प्रसंगाविषयी काहीतरी विनोदी बोला आणि पाहा तुमच्या रागाचं हास्यात रूपांतर होऊ लागेल.

हा सारा भावनांचा खेळ आहे; परंतु त्या खेळाचा नियम मान्य केला तरच हे सगळं शक्य आहे. तो नियम म्हणजे आपल्या भावना ह्या प्रामुख्याने आपल्या विचारामुळेच असतात. आपले विचार फक्त आपणच नियंत्रित करू शकतो. दुसरे कोणीही ते आपल्यासाठी करू शकत नाही. संभाषणकौशल्य

शिकायचे असेल तर हा नियम पदोपदी लागू करायची तयारी लागेल. कोणाच्याही शेऱ्यामुळे, कोणाच्याही बोलण्याने, कोणाच्याही टीकेमुळे जर आपला तोल जात असेल तर हा नियम तुमची गाडी रुळावर आणेल.

संभाषण करताना आपल्या विरुद्ध कोणीही मत मांडलं तरी ते अतिशय शांतपणे ऐकून घेता आलं पाहिजे. त्यावर काहीही शेरा न मारता समोरच्या व्यक्तीला त्याचं मत पूर्णपणे मांडू देण्याची पुरेपूर संधी देता आली पाहिजे. जेव्हा ही शक्ती आपल्यामध्ये येईल, तेव्हा बहुतेक प्रसंगात तुमचं मत मान्य होण्याची शक्यता बळावते. पण त्यासाठी आपल्या भावना नियंत्रित स्वरूपात असाव्या लागतात. एखादं विरुद्ध मत मांडलं गेलं की लगेच त्यावर प्रतिहल्ला करण्याचा मोह कित्येकांना टाळता येत नाही. पण मग संभाषण हे संभाषण न राहाता वादावादी होते. आपल्या विरुद्ध मताचेसुद्धा *चार शब्द घेता आले पाहिजेत*, तरच आपल्या मताचे *चार शब्द द्यायला* संधी मिळते. खऱ्या अर्थाने *चार शब्दांची देवाणघेवाण* तेव्हाच पाहायला मिळते.

## २. सारांश

*चार शब्द* जर बोलता आले नाहीत, तर चार बुकं शिकूनसुद्धा काही उपयोग नसतो असं म्हणतात. परंतु मी म्हणतो, की *चार शब्द घेता* आले नाहीत तर तुम्ही *चार शब्द* बोलणार कसे आणि जरी बोललात तरी घेणारे कोणीतरी असायला हवे ना? कारण *चार शब्द* घेतले नाहीत तर *चार शब्द द्यायला* तुम्ही लायक ठरणार नाही.

*चार शब्दांची देवाणघेवाण* तर आपल्याला सतत करायला लागते; परंतु ती आपण किती प्रभावीपणे करतो ह्याला महत्त्व आहे. *चार शब्द देण्यातला प्रभावीपणा* वाढवायचा असेल तर सर्वप्रथम *चार शब्द घ्यायला* शिकले पाहिजे. *चार शब्द* प्रभावीपणे घ्यायचे असतील तर सर्वप्रथम भावना नियंत्रित ठेवायला शिकले पाहिजे.

तुमची मते बरोबर असूनसुद्धा दुर्लक्षित होत असतील तर सर्वप्रथम तुम्हाला *चार शब्द देण्याची* कला अवगत करणे आवश्यक आहे असे समजा.

तुमचे मत ठामपणे मांडून, वारंवार मांडून, कळकळीने मांडूनसुद्धा मान्य होत नाही, असा जर अनुभव बहुतांश ठिकाणी तुम्हाला येत असेल तर तुम्हाला सर्वप्रथम *चार शब्द घेण्याची* कला अवगत करायला पाहिजे व त्यानंतर *चार शब्द देण्याची* कला शिकायला पाहिजे असे समजा.

तुम्हाला कोणी तुमचे मत विचारतही नाही, असा अनुभव वारंवार येत असेल तर सर्वप्रथम तुम्हाला *चार शब्द देवाणघेवाणीचे* कौशल्य शिकणं आवश्यक आहे हे समजा.

वरीलपैकी कोणतीही कला शिकायची असेल तर तुम्हाला तुमच्या भावना

नियंत्रित ठेवायला शिकणे आवश्यक आहे हे लक्षात घ्या.

तात्पर्य काय, वरीलपैकी कोणतीही कला ही स्वतंत्र अशी कला नाही तर एकमेकांशी संलग्न अशी आहे. एक आल्याशिवाय दुसरी येणार नाही आणि दुसरी आल्याशिवाय तिसरी अंगवळणी पडणार नाही आणि चौथी कला आत्मसात केल्या-शिवाय वरील कोणतीही जमणार नाही. ∎

www.ingramcontent.com/pod-product-compliance
Lightning Source LLC
LaVergne TN
LVHW031614060526
838201LV00065B/4836
* 9 7 8 8 1 7 7 6 6 8 8 7 2 *